DOUBLE Y.D.

Auther - Rohit Khot

SPI Publications

Published by SPI Publications, www.spipublications.in
SPI, the SPI logo, and Split Poetry India are trademarks of SPI Publications, or its affiliates.

ISBN-13: 978-93-49860-10-0

First Edition 2025

SPI Publications

Corporate & Editorial Office
117/2, Sector 37, Khandsa Road,
Gurgaon, Haryana 122 001
Phone: +91 98355 52940
Email: contact@spipublications.in
Website: www.spipublications.in

Processed and Printed in India

डबल वाय.डी

रोहित रघुनाथ खोत.

भैरवनाथ मंदिराजवळ,

जिल्हा परिषद शाळेच्या पाठिमागे, गाताडवाडी.

तालुका— वाळवा जिल्हा—सांगली.

पिन कोड—४१५४०३

मोबाईल नं. ७३०४२७०१५०

E-mail :rohikhot755@gmail.com

अक्षरजुळणी— स्वप्नील पाटील.

मुद्रक— एस.एस टायपिंग ॲन्ड नेट कॅफे. इस्लामपुर.

प्रथम आवुत्ती—२०२४

इंजिनिअरींगच शिक्षण घेत असलेले सर्व विद्यार्थी तसेच विषय सुटत नाहीत म्हणून मध्येच इंजिनिअरींग सोडणारे विद्यार्थी, वाय.डी होवूनसुध्दा हार न मानता संघर्ष करून इंजिनिअरींगच शिक्षण पुर्ण करणारे विद्यार्थी, इंजिनिअरींगनंतर देशविदेशात मोठ्या पदावर नोकरी करणारे मान्यवर, तसेच इंजिनिअरींग करूनसुध्दा चांगली नोकरी मिळत नाही म्हणून बेरोजगार असणारे युवक, तसेच इंजिनिअरींग नंतर नोकरी न करता दुसऱ्याच एखाद्या क्षेत्रात व्यवसाय करून उपजिवीका करणारे छोटेमोठे उद्योजक या सर्वांना माझ्याकडुन ही छोटीशी भेट.

आत्तापर्यंत शालेय जीवनात तसेच व्याव्हारिक जगात जे काही शिक्षक भेटले. त्यांनी माझ्यासाठी आपला बहुमुल्य वेळ खर्च केला. त्यांनी दिलेल्या ज्ञानाचा जीवनात पदोपदी उपयोग झाला. वाईट काळात माझ्या पाठीशी उभे राहणारे मित्र, कायम शुभआशिर्वाद देणारी वडीलधारी मंडळी आणि माझे असंख्य हितचिंतक सर्वांचा मी मनापासून आभारी आहे.

आपला नम्र

रोहित रघुनाथ खोत.

(Double Y.d in Bachelor of the mechanical engineering)

मार्गशिर्ष कृष्णपक्ष शके १९४२ दुपारी १२ वाजुन ४५ मिनीटांनी कुमठेकर पाटील शुभविवाह संप्पन झाला. मंगल अक्षता झाल्यानंतर वधु वरांनी एकमेकांच्या गळयात वरमाला घातल्या. फटाक्यांची आतिषबाजी झाली. कौस्तुभच्या आई—बाबांचे दोघांचेही डोळे पाणावले. हे सगळ अशा पध्दतीने घडुन येईल अशी त्यांनी कल्पनासुध्दा केली नव्हती.

नवीन सुनेचा गृहप्रवेश झाला. सत्यनारायणाची पुजा यथासांग पार पडली. मधुचंद्राच्या रात्री कौस्तुभच्या मनावर प्रचंड दडपण आल होत. पण वर्षा त्याला खूप दिवसांपासून ओळखत होती. तिने हळुवारपणे कौस्तुभचा हात हातात घेतला आणि त्याला म्हणाली. ''कौस्तुभ मला माहित आहे तुझा स्वभाव खूप लाजरा बुजरा आहे आणि मी तुझ्यापेक्षा तीन—चार वर्षांनी मोठी आहे. मी तुझी class teacher सुध्दा होते. त्यामुळे तुला हे odd वाटण साहजिकच आहे. पण तु कसलही टेन्शन घेऊ नकोस. मी घेईन सगळ सांभाळून आणि फक्त आत्ताच नाही आयुष्यभर तुला आधार द्यायला, तुला सावरायला, तुझ्या प्रत्येक सुखःदुखात मी कायम तुझ्यासोबत असणार आहे. त्यामुळे मी बरोबर असताना तुला घाबरण्याची काहीच गरज नाही.''

'' हो मॅडम.'' आणि तो तिच्या बाहुपाशात तो विसावला.

दुसऱ्या दिवशी सकाळी कौस्तुभ जेव्हा जागा झाला तेव्हा वर्षा तयार होऊन कॉलेजला निघाली होती. कौस्तुभने तिचा हात हातात घेतला आणि तिला आपल्याजवळ ओढली; '' कौस्तुभ, काय हा चावटपणा? सोड मला.'' वर्षा लाजेने चुर—चुर झाली होती.

‘‘ ऐका ना, आजच्या दिवस राहुंदे ना कॉलेजला जायच.’’

‘‘ नाही कौस्तुभ मला गेल पाहिजे येत्या पंधरा दिवसांत मुलांच्या सेमीस्टर परीक्षा चालू होतील.’’

‘‘ फक्त आजच्या दिवस थांबा ना मॅडम. मी परत कधीही हट्ट करणार नाही. नवीन–नवीन लग्न झालय आपल मस्तपैकी कुठेतरी फिरायला जावू.’’

‘‘ कौस्तुभ आपल्या लग्नामुळे माझा सिलॅबस खुप मागे राहिलाय. त्यामुळे मला आता जाव लागेल. मी संध्याकाळी आल्यानंतर आपण फिरायला जावूया. ठिक आहे?’’

‘‘हो, पण प्लीज संध्याकाळी लवकर घरी या.’’

‘‘ हो येते. बर एक मिनीट थांब मी तुला खर्चासाठी पैसे देते . किती पैसे हवेत तुला?’’

‘‘ नाही. मला आत्ता पैशांची काही गरज नाही आणि समजा जर लागले तर मी बाबांकडुन मागुन घेईन.’’

‘‘ नको कौस्तुभ आता आपला लग्न झालय मग आता त्यांच्याकडुन पैसे मागण बरोबर दिसत नाही. त्यापेक्षा तु हे पाचशे रूपये ठेवुन घे आणि नंतर केव्हाही पैसे लागले तर माझ्याकडून न लाजता पैसे माग मी तुला कधीच नाही म्हणणार नाही.’’

‘‘ मॅडम खर सांगु. तुमच्याकडुन पैसे घ्यायच म्हणजे माझ्या जीवावर आलय. पण मी तुम्हाला वचन देतो मी लवकरात लवकर स्वत:च्या पायावर उभा राहीन आणि तुमची सगळी स्वप्न पुर्ण करेन.’’

‘‘ कौस्तुभ तु प्लीज आता तुझ आणि माझ अस काही बोलु नकोस. आता जे काही आहे ते आपल्या दोघांच आहे. तु आता फक्त तुझ्या एम.टेकच्या स्टडीवर फोकस कर.’’

‘‘ हो मॅडम.’’

‘‘ तुला अजुन एक गोष्ट सांगायची होती. आता आपल लग्न झालय. त्यामुळे तु मला मॅडम किंवा अहो–जावो बोलवत जावू नकोस. तु सरळ मला नावाने हाक मारत जा.’’

‘‘ होय मॅडम.’’

‘‘ परत मॅडम? मला वर्षा म्हण.’’

‘‘ होय वर्षा.’’

‘‘ हम्म्म! फोन वाजतोय तुझा.’’

‘‘ कुठे वाजतोय? मला तर नाही ऐकायला येत.’’

‘‘ वाजतोय फोन. कट व्हायच्या आत उचल. मी निघते. चल बाय.’’ वर्षाचा चेहरा आता हळुहळु अंधूक दिसायला लागला होता. काही वेळातच कौस्तुभला जाग आली. त्याने आसपास सगळीकडे बघीतल पण वर्षा कुठेच दिसत नव्हती. तो परत बाहेर गॅलरीतसुध्दा जावुन आला वर्षा तिथेसुध्दा नव्हती. कौस्तुभ आता भानावर आला म्हणजे आत्तापर्यंत आपण जे बघितल त्यातल काहीच खर नव्हत ते एक स्वप्न होत याची त्याला जाणिव झाली. फोनची रिंग वाजत होती. कौस्तुभला जेनिफरचा खुप राग आला होता. पण ती त्याला फोनवर फोन करत होती. कारण तिला कौस्तुभला एक आंनदाची बातमी द्यायची होती.

‘‘ जेनी काय यार कशाला एवढया सकाळी–सकाळी फोन केलायस? किती छान स्वप्न पडल होत आणि तु झोपमोड केलीस.’’

‘‘ भाई, मी आता जी बातमी सांगणार आहे ती ऐकुण तुझी झोप उडेल. जरा गेस कर काय झाल असेल?’’

‘‘ तुझ्याकडे अशी काय खास बातमी असणार आहे? शिवाजी युनिव्हर्सिटीचा रिझल्ट लागला असेल.’’

‘‘हो भाई, मला फर्स्ट क्लास मिळालाय. तुझा PRN number सेंड कर मी तुझा रिझल्टपण चेक करते.’’

‘‘ काय म्हणजे खरचं रिझल्ट लागलाय?’’

‘‘ हो......’’

‘‘ ए जेनी तु फोन ठेव. माझा रिझल्ट तु बघु नकोस मला भिती वाटायला लागलीय. मी रिझल्ट चेक करतो आणि तुला एका मिनीटात कॉल करतो.’’

कौस्तुभच्या छातीची धडधड वाढली होती. हातपाय थरथर कापायला लागले होते. त्याला overexcitement मुळे स्वत:चा PRN नंबरसुध्दा आठवत नव्हता. कदाचीत युनिव्हर्सिटीमधली मुले एकाच वेळी रिझल्ट चेक करत असावीत त्यामुळे वेबसाइट पण खुप slowdown झाली होती. सलग पाच सहा वेळा प्रयत्न केल्यानंतर रिझल्ट display झाला. कौस्तुभने रिझल्ट पाहिल्यानंतर सुटकेचा निश्वास सोडला. तो पहिल्यांदाच सर्व विषयांमध्ये पास झाला होता. एवढच नाही बॅकलॉगचे पण तीन विषय सुटले होते. त्याचा आंनद गगनात मावत नव्हता. गेल्या सहा वर्षात कौस्तुभ कमीत कमी वीस–पंचवीस वेळा तरी नापास झाला होता. पण तो जर यावेळी

नापास झाला असता तर आणखी सहा महिने कुचेष्टा, टिंगल—टवाळ्या नातेवाईकांचे टोमणे हे सगळ सहन कराव लागल असत. त्याने जेनिफरला रिझल्ट whatsapp केला आणि खाली कॅप्शनमध्ये लिहल Finally we have done it! त्याचा सहा वर्षांचा संघर्ष आता संपला होता. या सहा वर्षात त्याने खुप काही सहन केल होत. आजच्याएवढा आंनद त्याला यापूर्वी कधीच झाला नव्हता. कौस्तुभ देवघरात गेला. बाबा मनोभावे देवपुजा करत होते.

‘‘ बाबा आमचा final year रिझल्ट लागला.’’

‘‘ बर. आता किती विषयात नापास झाला तुम्ही चिरंजीव?’’ बाबांनी विचारल.

‘‘ नाही बाबा मी सर्व विषयांत पास झालोय आणि आत्ताच्या सेमीस्टरचे पाच आणि मागचे तीन विषयसुध्दा सुटले.’’

‘‘ काय बोलताय चिरंजीव?’’ आत्तापर्यंत प्रत्येक वेळी कौस्तुभच्या तोंडुन चार विषय राहीले पाच विषय राहीले असे ऐकायची सवय असणाऱ्या बाबांन कौस्तुभ जे सांगतोय त्यावर विश्वास बसत नव्हता.

‘‘ हो बाबा. मी खरच पास झालोय. मी इंजिनिअर झालो बाबा.’’

‘‘ अरे वा! देवच पावला म्हणायचा की, एक काम करा दुकानातुन किलोभर पेढे आणा आणि कॉलेजवर सगळया शिक्षकांना वाटा. बर ते नव्हे तुमच्या वर्गात एक मुलगी होती तिचा रिझल्ट काय लागला.’’

‘‘ कोण जेनिफर? ती फर्स्ट क्लासमध्ये पास झाली. तिला तर माझ्यापेक्षा जास्त टेन्शन आल होत. मला रोज फोन करायची. माझ कॅम्पसमध्ये सिलेक्शन झालय पण मला एक सब्जेक्ट अवघड गेलाय मी काय करू? मी पास होईन ना रे? चुकुन जर विषय राहिला तर माझा जॉब जाईल.’’

“ चांगल झाल. बर ती आता कमवायला सुरूवात करेल. तुमच काय? ”

“ बाबा तुम्हाला खर सांगु एक तर एवढी कमी पर्सेंटेज त्यात आणि दोन वेळा year down त्यामुळे चांगला जॉब मिळण्याचे चान्सेस खुप कमी आहेत. त्यामुळे मी एखाद हार्डवेअरच किंवा स्टेशनरी शॉप चालू करायच म्हणतोय. मला तुमच्या नावावर एखाद्या बॅंकेतून लोन मिळवून द्याल का?”

“ लोन कशाला? जे काही लागतील ते पैसे मी तुम्हाला देतो की.” त्याच वेळी कौस्तुभची वहिनी समीधा बाबांसाठी चहा घेऊन आली होती. तिने त्या दोघांच बोलण ऐकल.

“ हम्मम! म्हणजे आत्तपर्यंत इंजिनिअरींग कॉलेजमध्ये दोन—तीन लाख रूपये वाया घालवले आणि आता आणखी चार—पाच लाख रूपये वाया जातील हे गृहीत धरून चालायल हरकत नाही.” समीधा म्हणाली.

“ सुनबाई हे काय बोलताय तुम्ही? आज चिंरजीवासांठी खुप आनंदाचा दिवस आहे निदान आज तरी त्यांना घालुन—पाडुन बोलू नका.” समीधाने तिथेच चहा ठेवला आणि स्वयंपाकघरात निघून गेली.

“ बाबा तुम्ही वहीनीशी अस बोलायला नको होत. ती बरोबरच बोलत होती. मी आयुष्यातली खूप वर्ष वाया घालवली. खरतर मी आत्तापर्यंत जॉबला लागुन सेटल व्हायला पाहिजे होतो.”

“ चिरजींव तुम्ही त्यांच बोलण फार मनाला लावून घेवू नका. माझा तुमच्यावर पुर्ण विश्वास आहे. फक्त इथून पुढे तुम्ही जे काही कराल ते प्रामाणिकपणे करा आणि कष्ट करण्याची तयारी ठेवा. देव तुम्हाला

कधीच काही कमी पडुन देणार नाही. आणि मी कायम आहेच तुमच्या पाठीशी.''

'' बाबा मी आत्तापर्यंत तुम्हाला खुप त्रास दिला ना?''

'' नाही ओ. आपल्या लेकराचा कसला आलाय त्रास?''

'' बाबा तुम्ही खर सांगा आत्तापर्यंत तुम्हाला एकदाही अस वाटल नाही आपला एक मुलगा चांगला आहे आणि हा नालायक. आजपर्यंत याच्या हातुन कधीच काही चांगल घडलेल नाही. मग अशा मुलाच्या औषधोपचारांवर खर्च करून काय उपयोग? कशाला असल्या मुलाला जिवंत ठेवायच? आणि बाबा मला जिवंत ठेवून तुम्हाला काय मिळाल? बाबा मी जर तेव्हाच मेलो असतो तर माझ्यामुळे तुम्हाला लोकांची बोलणी तरी ऐकुण घ्यावी लागली नसती.''

'' अस काहीतरी अभद्र बोलू नका चिरंजीव. तुम्ही अभ्यासात हुशार नाही हे मान्य आहे पण तुम्ही स्वभावाने खुप चांगले आहात. तुमच्यासारखा मुलगा या जगात कुठे शोधुनसुध्दा सापडणार नाही. आम्ही खुप भाग्यवान आहे तुमच्यासारखा मुलगा आमच्या पोटी जन्मला.''

त्यांनी कौस्तुभच्या डोक्यावरून मायेने हात फिरवला. देव्हाऱ्यातल्या श्रीकृष्णाच्या मुर्तीकडे पाहत म्हणाले '' किती गरीब माझ पोरग आणि त्याच्या नशीबी हे काय लिहलयस परमेश्वरा. आता माझ तुझ्याकडे एकच मागण आहे याच्या अगोदर मला मरण येऊंदे. जर माझ्या डोळ्यादेखत याला काही झाल तर ते मला नाही सहन होणार.'' कौस्तुभने बाबांचे अश्रुंनी भरलेले डोळे पुसले. त्यांना घट्ट मिठी मारली आणि आपल्या अश्रुंना मोकळी वाट करून दिली.

‘‘ हॅलो भाई, ऐक ना मला खुप टेन्शन आलय. माझ्या घरातले म्हणत आहेत आता इंजिनिअरींग झाली. जॉब पण लागलाय आता तुझ लग्न करून टाकुया.’’

‘‘ हा मग त्यात टेन्शन येण्यासारख काय आहे.?’’

‘‘ भाई, मला वाटतय अजुन एक वर्ष तरी त्यांनी थाबांव.’’

‘‘ आणखी एक वर्ष थांबून असा काय फरक पडणार आहे? त्यापेक्षा आत्ताच चांगला मुलगा भेटला तर लग्न करून टाक.’’

‘‘ भाई, तु पण ना? मला वाटल होत ॲटलिस्ट तु तरी मला समजुन घेशील. भाई नेमका प्रॉब्लेम काय आहे सांगु? माझ्या डॅडनी एज्युकेशन लोन घेतल होत. त्याचे इन्स्टॉलमेंट अजुन चालु आहेत. त्यात आणखी लग्नाचा खर्च म्हणजे मला नको वाटतय. आणि महत्वाच म्हणजे मी एम. टेकला ॲडमिशन टाकणार आहे. परत लग्नानंतर प्रेग्नेन्सी, मुल आणि वरून एम.टेकची स्टडी हे सगळ मला नाही झेपणार. मी म्हणतेय जॉब करत करत एम.टेक कंम्पलीट करायच. म्हणजे तोपर्यंत सगळ लोन नील होईल. आणि लग्नासाठी थोडेफार सेव्हींगपण राहतील. भाई मी एक दिवस माझ्या मॉम—डॅडसोबत तुझ्या घरी येते. तुझ्या बांबाना सांग माझ्या डॅडशी बोलायला. जर त्यांनी समजावुन सांगितल ना तर ते ऐकतील.’’

‘‘ ठिक आहे तु त्यांना येत्या रविवारी इथे घेवून ये. माझ्या बाबांना सांगतो त्यांना समजावून सांगा आणि तरीपण नाही ऐकल तर थर्ड डिग्री द्या.’’

‘‘ भाई, तु प्लीज आता चेष्टा करू नकोस मी आता त्या मुडमध्ये नाहीये.’’

‘‘ ए जेनी तु अजीबात टेन्शन घेऊ नकोस. तुझ एम.टेक होणार म्हणजे होणार. समज जर तुझे डॅड नाही म्हणाले तर तु इथे राहायला ये. मी भरेन तुझी एम.टेकची फी.’’

‘‘ तुला माहिती तरी आहे का एम.टेकची फी किती असते. एवढे पैसे कुठून आणणार आहेस तु?’’

‘‘ अग बहीण आहेस तु माझी. तुझ्यासाठी माझी एक किडणी विकायला लागली तरी मी मागेपुढे बघणार नाही. बर तु आता वेळ घालवत बसु नकोस. तु आजच्या आज कॉलेजवर ये आणि एल.सी काढ म्हणजे आपल्याला पुढच्या ॲडमिशनच बघता येईल.’’

‘‘ भाई तु पण टाक ना एम.टेकला ऍडमिशन.’’

‘‘ ए नाही. एवढ शिक्षण बास...! मी आता पुढे नाही शिकणार. माझी बी.ई करून हौस भागलीय.’’

‘‘ बर भाई माझ सामान अजुन रूमवरच आहे. ते न्यायला मी फोर व्हीलर घेऊन येणार आहे. तु मला सामान शिफट करायला मदत कर. आणि तु आत्ता कॉलेजवर जा एल.सी काढण्यासाठी कोणती डॉक्युमेंट लागणार आहेत आणि बाकीची प्रोसेस काय आहे त्याची चौकशी कर आणि मला कॉल कर. मी बारा वाजेपर्यंत कॉलेजमध्ये येईन.’’

‘‘ ओक्के! मी पण कॉलेजमध्ये पेढे वाटायला जाणारच आहे. ठिक आहे भेटुया आपण कॉलेजवर.’’

कौस्तुभ कॉलेजच्या ऑफिसमध्ये पोहचला तेव्हा पाटील क्लार्क हातांची बोटे एकमेकांत गुंफुन दोन्ही हात डोक्याच्या मागे धरून निवांत बसले होते. त्यांनी कौस्तुभकडे बघीतल आणि म्हणाले.'' कौस्तुभ राजाराम कुमठेकर या तुमच स्वागत आहे.

''धन्यवाद! तुम्हाला माझ पूर्ण नाव लक्षात आहे हे पाहुन खुप आंनद झाला.''

'' अहो लक्षात असणारच की? प्रत्येक सेमीस्टरला तुम्ही नापास हुतायसा आणि तुमचा फॉर्म मीच भरतुय. त्यामुळे तुमच नाव डोक्यात एकदम फिट बसलय. बर तुमच्या वर्गाचा निकाल ९९% लागल अस ऐकायल मिळाल. तुम्ही पास हुयाच नाय वी मजी १००% निकाल लागला असता. ''

'' नाही. मी तर सर्व विषयांत पास झालोय. मग नापास कोण झाल असेल?''

'' एक कोणतर नापास हाय बघा तुमच्या वर्गात. मी बातमी ऐकली तेव्हा मला वाटल तुम्हीच नापास झाला असशीला. बर आता इंजिनिअरींग झाल पुढ काय करायच ठरवलय तुम्ही? ''

'' बघुया, एखादा छोटा मोठा बिझनेस करायचा म्हणतोय.''

'' कशाला विणाकारण त्या फंदात पडताय? दुकानाची जागा, नंतर फर्नीचर परत विक्रीसाठी लागणारा माल एवढी सगळी गुंतवणूक करून सेटल व्हायला एक दिड वर्ष तरी लागणार त्यापेक्षा कुठतरी लग्नापुरती पंधरा–वीस हजारांची नोकरी बघा आणि सहा महिन्यांत उरकून टाका लगीन. तुम्हाला काय पैसे मिळवलेच पाहिजेत अस नाय ओ. तुमच्या

वडीलांनी भरपुर मिळवून ठेवलय. तुम्हाला माझा राग येईल पण काय होतय सांगु का परत लग्नाच वय निघुन गेल की सगळ अवघड होवुन बसतय बघा.''

'' ठिक आहे तुम्ही मला इतक्या तळमळीन सांगितलय त्याचा मी नक्की विचार करेन. बर एल.सी काढायची प्रोसेस काय आहे. आमच्या वर्गातल्या एका मुलीचा एल.सी काढायचा होता आणि साधारण पुर्ण प्रोसेससाठी किती वेळ लागेल.''

'' फी कंम्पलीट असली की पाच मिनीटात एल.सी निघतोय. फक्त या फॉर्मवर डिपार्टमेंटमधल्या सगळ्या शिक्षकांच्या सह्या घेवून या. आणि कॅशियरजवळ १०० रूपये भरा लगेच तुमचा एल.सी देतो.''

'' सर या फॉर्मवर हॉस्टेलच्या वॉर्डनची सही पण आणावी लागेल का?''

'' हो लागणार की.''

'' पण जेनी होस्टेलवर राहत नव्हती.''

'' मग राहत नव्हती असा रिमार्क घेवुन या. बर तुमच्या बॅचच्या पोरांनी रंगपंचमीला काहीतरी जिमखान्याच्या भिंती रंगवल्या होत्या. त्यो बाबा मघाशी इथ येवून सांगुन गेलाय माझ्या सही शिवाय कुणालाच दाखला द्यायचा नाय. तेची पण एक सही मागच्या पानावर घेवून या. त्यो कायतर दोन–तीनशे रूपये मागल. तेला सांगायच पावती कर आणि पावती हातात आल्याशिवाय पैसे द्यायचे नाहीत.''

'' ठिक आहे सर. येतो मी.'' तो ऑफिसमधून बाहेर आला होता. तोपर्यंत परत पाटील सरांनी हाक मारली.

“ कुमठेकर.”

“ काय सर.”

“ एक महत्वाची गोष्ट सांगायची राहिली. तूम्ही मेकॅनिकलला होता नवका? सगळ्यात आधि एम.आर. लोहार सरांची सही घ्या. सर उद्या रिटायर हुणारायती. परत तेंच्या जागी नवीन माणसाची नेमणूक हुइस्तवर तुमचा खोळंबा नको.”

कौस्तुभ तिथून बाहेर आला पण त्याला लोहार संराना भेटण्याची इच्छाच होत नव्हती. त्याच डोक जाम दुखायला सुरूवात झाली होती. इंजिनिअरींगला ॲडमिशन घेतल्यापासून एक सेमीस्टर सोडली तर प्रत्येक सेमीस्टरचा एक विषय लोहार सरांकडे हमखास असायचेच. आणि लोहार सर आणि कौस्तुभचा छत्तीसचा आकडा होता. कौस्तुभजवळ त्यांच्या फक्त कटु आठवणीच होत्या.

कॉलेज चालू झाल तेव्हा पहिल्याच आठवड्यात कौस्तुभच्या चुलत बहिणीच नाशिकला लग्न होत. लग्नकार्य उरकून घरी यायला रात्रीचे अडीच वाजले होते. परत सकाळी सहा वाजता उठून तयार होवून तो कॉलेजला आला होता. लोहार सरांच पहिलच लेक्चर होत आणि कौस्तुभच्या डोळ्यावर झापड येत होती. त्याने खुप प्रयत्न करूनही त्याला झोप आवरत नव्हती. सरांच त्याच्याकडे लक्ष गेल आणि त्यांनी खडू फेकून मारला. त्यांचा नेम आजपर्यंत कधीच चुकला नव्हता. कौस्तुभ खडबडून जागा झाला.

‘‘ उभा राहा. नाव काय तुझ?’’

‘‘ कौस्तुभ.’’

‘‘ पुर्ण नाव सांग?’’

‘‘ कौस्तुभ राजाराम कुमठेकर.’’

‘‘ काय रे पहिल्याच तासाला झोपतो लाज वाटत नाही काय? रात्री काय किर्तनाला गेला होतास काय?’’

‘‘ नाही सर. बहीणीच लग्न होत नाशिकला तिथून यायला वेळ झाला.’’

सरांनी त्याच्याकडे व्यवस्थित निरखून पाहिल. हातात सोन्याच ब्रेसलेट, गळ्यात पाच तोळ्याची सोन्याची चैन, शर्टच्या वरच्या खिशात महागडा मोबाईल फोन आणि हातातल घड्याळ बघून त्यांनी विचारल ‘‘आई वडीलांचा एकुलता एक मुलगा असशील?’’

‘‘ हो सर.’’ कौस्तुभ म्हणाला. पण वर्गातली काही मुले तिथेच वारणेच्या आसपासच्या भागात राहायला असल्यामुळे ती कौस्तुभला लहानपणापासून

ओळखत होती त्यांनी कौस्तुभकडे प्रश्नार्थक नजरेने पहायला सुरूवात केली. कौस्तुभला आपली चुक लक्षात आली.

‘‘ आय एम सॉरी सर. मला एक भाऊसुध्दा आहे.’’ वर्गात एक मोठा हशा पिकला.

‘‘ आई–वडीलांचा एकुलता एक मुलगा आणि त्याला भाऊसुध्दा आहे. अशी केस मी माझ्या पंचवीस वर्षांच्या सर्व्हीसमध्ये पहिल्यांदाच बघतोय. तु एक काम कर तु कुठल्या अंमली पदार्थाच सेवन करतोस ते मला पण आणून देत जा. काय आहे मला पण अलिकडे निद्रानाशाचा त्रास चालू झालाय.’’ आणखी एकदा वर्गात मोठा हशा पिकला.

जेनिफर Thrid year मध्ये अॅडमिशन ट्रान्सफर करून तात्यासाहेब कोरे महाविद्यालयामध्ये आली होती. लोहार सरांच्या प्रॅक्टीकलला जर एखादा मुलगा किंवा मुलगी कोणीही शुज न घालता आले तर लोहार सर अणवाणी पायाने मशिनिंग करायला लावायचे. जेनीफर नेमकी पहील्याच प्रॅक्टीकलला शुज न घालता आली होती. फरशीवर पडलेला गरम तारेचा तुकडा तिच्या पायात घुसला आणि ती वेदनेने विव्हळली. तिच्या डोळ्यातुन पाणी आल होत. कौस्तुभ सरांजवळ गेला.

‘‘ सर, ती मुलगी नवीन आहे. प्लीज तिल सॅन्डल घालून मशिनींग करूंदे ना?’’

‘‘ अजीबात नाही. एम. आर लोहार सरांच्या प्रॅक्टीकलला शुज न घालता आल्यावर काय होत हे सगळ्यांना कळल पाहिजे.’’

‘‘ अस काय करताय सर? ती मुलगी आहे ना? जरा तरी माणुसकी दाखवा?’’

‘‘ मुलगी असली म्हणून काय झाल? उद्या कंपनीत नोकरी लागल्यानंतर ती अस म्हणणार आहे का मी मुलगी आहे पाच—दहा हजार रूपये पगार कमी द्या. जेवढा घ्यायचा तेवढा पगार घेणारच ना? मग आज मुलगी आहे म्हणून तिला सवलत मी का देवु? मी काल तुमच्या वर्गात येवून सांगितल होत का नव्हत उद्या माझ्या प्रॅक्टीकलला सर्वांनी शुज घालून यायच. तेव्हा ही मुलगी वर्गात हजर होती का नव्हती?’’

‘‘ होती सर.’’

‘‘ मग एवढ्या प्रेमाने व्यवस्थित समजावून सांगुन तुम्ही जर ऐकणार नसाल तर मग त्यात माझी काय चुक? तुमच्यासोबत असच वागल पाहिजे त्याशिवाय तुम्ही सुधारणार नाही.’’

‘‘ सर कदाचित ती विसरली असेल. प्लीज सर फक्त एक वेळा मोठ्या मनाने माफ करा.’’

‘‘ ए मुली तुझ नाव काय?’’

‘‘ जेनीफर फर्नांडिंस.’’

‘‘ मागच्या महिन्यात वर्ल्ड कपची मॅच बघीतलीस का? भारत विरूध्द न्युझीलंड.’’

‘‘ हो सर बघीतली ना.’’

‘‘ धोनी कॅचआउट झाला आणि आपण मॅच हरलो. बरोबर?’’

‘‘ नाही सर धोनी रनआउट झाला होता.’’

‘‘ होय काय? थ्रो कोणी मारला होता?’’

‘‘ अम्मम! त्या प्लेअरच नाव होत मार्टीन गप्टील.’’

‘‘ आणि खाली कोण खेळत होत?’’ हा प्रश्न जेनीफरला व्यवस्थित समजला नव्हता.

‘‘ नॉनस्ट्रायकर एन्डला कोण खेळत होत?’’ कौस्तुभने तिला प्रश्न व्यवस्थित समजावून सागिंतला.

‘‘ एवढ लक्षात नाही. भुवनेश्वर कुमार असेल.’’

‘‘ बघीतलस कुमठेकर एक महिन्यापुर्वी बघीतलेल्या मॅचमधल सगळ लक्षात आहे तिच्या आणि मी काल सांगितलेली गोष्ट जर लक्षात नसेल तर याला काय अर्थ आहे. कशाला इंजिनीअरींग कॉलेजला ॲडमिशन घेता तुम्ही. त्यापेक्षा आर्टस कॉमर्स कॉलेजला जावा तिथ एक वही घेवून गेल की दिवसभराचा प्रश्नच मिटतोय.’’

‘‘ सर मी रूमवर राहते. त्यामुळे शुज विकत घ्यायला माझ्याजवळ पैसे नव्हते . नेक्स्ट वीकमध्ये घरातुन पैसे आल्यावर मी घेईन शुज.’’ जेनीफर म्हणाली.

‘‘ तुमच्याकडे मोबाईल रिचार्ज मारायला बरोबर पैसे असतात? एक दिवस पण इकडचा तिकडे होवून चालत नाही आणि कॉलेजसाठी लागणारी एखादी वस्तु घ्यायची म्हणजे तुम्ही तोंड वाकड करताय. तुमच्या वर्गाकडे मी गेले काही दिवस बारकाईने बघतोय तुम्ही हे आपआपसात ठरवून टाकलय या मास्तरच्या बोलण्याल किंमत द्यायची नाही. मग भोगा आपल्या कर्माची फळ. कुमठेकर तुला काय करायच ते

कर तु प्राचार्यांना घेऊन आलास तरी मी तिला सॅन्डल घालून देणार नाही म्हणजे नाही.''

कौस्तुभ जेनिफरजवळ गेला स्वतःच्या पायातले बुट काढले आणि तिला म्हणाला '' जेनिफर, हे घाल.''

'' पण भाई असूंदे ना मी काळजी घेवून करेन मशिनिंग.''

'' तुला शुज घाल म्हणतोय ना मी? मग ऐकायच माझ.''

प्रॅक्टीकल संपेपर्यंत कौस्तुभच्या पायात सात ते आठ तारांचे तुकडे घुसले होते. पायातुन खूप रक्त वाहत होत. जेनीफर केमीस्ट्री लॅबमधून फर्स्टएड किट घेवून आली. कौस्तुभची जखम साफ करून तिने त्यावर मलमपट्टी केली.

'' भाई, तुम्ही बाकीच्या मुलांपेक्षा मोठे दिसताय? वाय.डी होता काय?''

'' नाही , फक्त वाय.डी नाही डबल वाय.डी होतो.''

'' तु सुध्दा मला याअगोदर कॉलेजमध्ये कधी दिसली नाहीस?''

'' नाही भाई मी second year ला पुण्यात होते. पण तिथे चुकीच्या मुलींच्या कॉन्टॅक्टमध्ये होते. त्यामुळे मला वाईट सवयी लागल्या. मग माझ्या डॅडनी माझ कॉलेज ट्रान्सफर केल.''

कौस्तुभला लहाणपणापासून सतत अस वाटायच आपल्याला एक बहीण असायला हवी होती. देवाने त्याची इच्छा आज पुर्ण केली होती आणि जेनीफर तिला अडी–अडचणीच्या वेळी कायम पाठीशी उभा राहणारा भाऊ मिळाला होता.

या कुमठेकर तुमच मनापासून स्वागत आहे. आजच्या दिवसाची आम्ही खुप आतुरतेने वाट पाहत होतो. आम्हाला कळल तुमच्या पॅनेलच्या सगळ्या शिटा बसल्या. मग खरतर तुम्ही आत्तापर्यंत ट्रॉलीभरून गुलाल उधळायला पाहिजे होता. मी एक काम करतो. कॉलेजच्या मॅनेजमेंटला मोठा मंडप घालायला सांगतो. तु मस्तपैकी कोट—बीट आणि चौकोनी टोपी घालून ये आपण तुझा मोठा सत्कार करून तुला डिग्री हातात देवुया.''

'' त्याला convocation ceremony म्हणतात.'' कौस्तुभ म्हणाला.

'' तेच ते, बर तुमच मनापासून अभिनंदन.''

'' मी तुमचा मनापासून आभारी आहे. खुप खुप धन्यवाद.''

'' फक्त धन्यवाद बोलूण चालणार नाही. पेढे पाहिजेत आम्हाला. जावा पहिल्यांदा पेढे घेवून या.''

'' सर जेनीफर बारा वाजता कॉलेजवर येणार आहे. तिला येताना साताऱ्याहुन चांगले कंदी पेढे घेवून यायला सांगतो. तुम्ही प्लीज या no dues फॉर्मवर सही करा.''

'' नाय नाय, तुम्ही जोपर्यंत पेढ घेवून येत नाय तोपर्यंत मी सही करणार नाय. आणि सातारा कशाला आपल्या वारणेत पण चांगल पेढे मिळतात की.''

'' काय सर? आता फक्त पेढे आणण्यासाठी मला वारणानगरमध्ये जाव लागेल. मी म्हणतोय ना मी स्वत: दुपारी पेढे घेवून येतो. तुमचा माझ्यावर विश्वास नाही का?''

“ नाही मी तुमच काहीही ऐकणार नाही. पोरांचा काय भरवसा नसतो. एकदा सही घेवून गेली की परतत तोंडसुध्दा दाखवत नाहीत. त्यामुळे पहिल्यांदा पेढे मग सही.”

कौस्तुभ शहरातल्या नामांकित मिठाई भांडारात जावून पेढे घेवून आला तेव्हा सर जेवणाचा डबा खात बसले होते.“ काय सर मी येईपर्यंत थोडा वेळ थांबता येत नव्हत काय? आता तुमच जेवण संपेपर्यंत मला इथे थांबाव लागेल.”

“ कुमठेकर काय झालय तुला सांगतो मला आहे साखर त्यामुळे मला गोळी चुकवुन चालत नाही. जरा आणखी चार दिवस जास्त जगायच म्हणजे गोळ्या औषध सगळ वेळेत घेतल पाहिजे. त्यात आणि आज माझा उपवास आहे. बस जरा पाच मिनीट. मी फार वेळ लावणार नाही.”

सरांचा उपवास म्हणजे साधासुध्दा नव्हता. तीन कप्पी मोठा डबा, त्यातल्या एका डब्यात खिचडी, एका डब्यात ताक, एका डब्यात भाजलेले शेंगदाणे, बटाट्याचे वेफर्स आणि शाबुचे पापड. एका प्लॅस्टिकच्या कॅरीबॅगमधून डाळींब, सिताफळ, द्राक्षे आणि दोन देशी केळी एवढा सगळा पसारा टेबलवर मांडला होता. ताक मिसळलेल्या खिचडीत पुर्ण बोट बुडवून तोबरा भरतात तशी ते खिचडी खात होते. हे सगळ बघण कौस्तुभच्या सहनशक्तीच्या पलिकडल होत. तो तिथून बाहेर आला आणि ऑफिसच्या बाहेर येऊन बेंचवर बसला. सकाळचे साडे नऊ वाजले होते. काही वेळाने तिथे एक कुत्रा आला. तो कौस्तुभ काहीतरी खायला घालेल या आशेने तो त्याच्याकडे बघत होता. कौस्तुभ कॅन्टीनमध्ये जावून त्याच्यासाठी चपाती घेवून आला. ती खाल्ल्यानंतर त्याची भूक शांत झाली आणि ते तिथून निघून गेल.

हे तेच कुत्र होत कौस्तुभ first year ला असताना गटारात पडलेल कुत्र्याच पिल्लू कौस्तुभ कॉलेज हॉस्टेलवर घेवून गेला होता. त्याला गरम पाण्याने अंघोळ घालुन नंतर त्याला स्वेटरमध्ये गुंडाळून ठेवल. एका बाऊलमधून दुध आणि बिस्कीट खायला घातली संध्याकाळपर्यंत ते पिल्लू एकदम तरतरीत झाल. ते तेव्हापासून हॉस्टेलच्या परिसरात राहत होत. कौस्तुभने हॉस्टेलवरच्या मुलांना सांगुन ठेवल होत मी कॉलेजमध्ये असलो नसलो तरी याची काळजी घ्यायची. ते आता चांगल गुटगुटीत झाल होत. कौस्तुभला त्याचा खुप लळा लागला होता.

त्याने दहा वाजेपर्यंत इकडे तिकडे वेळ घालवला आणि परत वर्कशॉपमध्ये गेला. पाहतो तर काय? सर खुर्चीवर डाराडूर झोपले होते. फक्त झोपले नव्हते घोरत होते.

अंऽऽ!

अंऽऽऽ!

अंऽऽऽऽऽ! कौस्तुभला प्रश्न पडला एवढ्या सकाळी—सकाळी कुठल्याही माणसाला इतकी गाढ झोप कशी काय लागु शकते. आणि ती पण कामाच्या ठिकाणी? तो सरांना उठवणारच होता. पण महादु शिपायाने त्याला थांबवल. “ सरांची झोपमोड करू नकोस.” आता हा कुंभकर्ण जागा होण्याची वाट बघत बसण्याशिवाय आपल्याकडे काही पर्याय नाही हे त्याच्या ध्यानात आल. तो तिथेच खुर्चीवर बसला. अकरा वाजता डोळे उघडल्यानंतर त्यांनी पहीला प्रश्न विचारला “ मी तुला पेढे आणायला पाठवल होत त्याच काय झाल?”

'' हे काय आणलेत ना सर.'' कौस्तुभने बॉक्स टेबलवर ठेवला.

'' फक्त पाव किलो? कुमठेकर तुम्ही राव लय चिंगुस. एखादयान एवढ्या वर्षानी पास झालोय म्हणल्यावर किलोभर पेढे आणून कॉलेजवर सगळ्या शिक्षकांना वाटले असते.''

''सर मी खरच सगळ्या शिक्षकांना पेढे वाटणार होतो. घरातुन पैसे पण आणले होते पण कॉलेजला येत असताना मध्ये ट्रॅफिक पोलिसांनी अडवल. हेल्मेट नव्हत तीनेशे रूपये दंड झाला.''

'' मग तिर्थरूपांना फोन लावायचा. पोलिस खात्यात होते ना ते.''

'' नाही म्हणजे ते त्याबाबतीत खुप कडक आहेत. मला आणि माझ्या भावालासुध्दा त्यांनी स्पष्टपणे सांगितलय मी पोलिस डिपार्टमेंटमध्ये मोठ्या पदावर काम करत होतो त्याचा कधीही गैरफायदा घ्यायचा नाही आणि कधीही कायदा मोडायचा नाही. मला त्यांचे विचार पटतात. पण फक्त एका गोष्टीचे वाईट वाटतय. तुम्हाला आठवत असेल आपल्या कॉलेजमध्ये एक प्रकरण झाल होत त्यावेळी मला अटक झाली होती. त्यांनी एक फोन केला असता तरी मी पाच मिनीटात बाहेर आलो असतो पण त्यांनी माझी काहीच मदत केली नाही. मी आठ दिवस तुरूंगात होतो शेवटी माझ्या मामाने माझा जामिन केला.''

'' कस असतय तुला सांगतो कुमठेकर. त्यांनी आज जर तुला मारामारी करताना वाचवल तर उदया तुम्ही खुन करायला मागेपुढे पाहणार नाही. ज्या त्या वयात मुलांवर चांगले संस्कार करावे लागतात. त्यासाठी वेळप्रसंगी मन कठोर कराव लागत.''

'' अगदी बरोबर बोललात तुम्ही सर. मला तुमच पटल.''

“ बर महादु आपल्याला चार पेढे ठेवून घे आणि बाकीचे डिपार्टमेंटमधल्या शिक्षकांना वाटुन टाक आणि सगळ्या शिक्षकानां सांग कुमठेकर पास झाला. पण त्याअगोदर एक काम कर कुमठेकरकडुन फर्नांडिस आपल्याकडे कोणत्या—कोणत्या वर्षी शिकायला होती त्याची माहीती घे आणि सगळ्या फाईली काढून ठेव तोपर्यंत मी तोंड धुवून येतो.” पाच मिनीटांनी सर जेव्हा जेव्हा परत आले तेव्हा टेबलवरच्या फाईलिंचा गठ्ठा बघुन त्यांनी महादुकडे एक जळजळीत कटाक्ष टाकला. कदाचित एवढ्या कमी वेळात महादुला सगळ्या फाईल्स सापडतील हे त्यांनी गृहीत धरल नसाव. त्यांनी पंधरा—वीस मिनीटे सगळ्या फाईल्स चाळल्या. कुठे फी बाकी राहिलीय का याचा ते बारकाईन शोध घेत होते पण त्यांच्या हाती काहीच लागल नाही. शेवटी एखादा सराईत गुन्हेगार नाईलाजास्तव कबुलीजबाबावर सही करतो अगदी तसच तोंड करून सही करण्यासाठी त्यांनी पेन बाहेर काढल. पण कौस्तुभच दुर्देव पेनमधली शाई संपली होती.

“ कुमठेकर एक काम कर हे दहा रूपये घे आणि दोन रिफिल घेवून ये”

“ सर त्यापेक्षा तुम्ही माझा पेन घ्याना.”

“ तुला काय माणसाचा आकार आहे की नाही?”

“ का सर?”

“ तु एक माझी सही घेवून निघून जाशील पुढे येणाऱ्या पोरांनी काय बोंबलत बसायच? जा रिफिल घेवून ये जा.” सरांजवळ जे पेन होत ते आठ—नऊ वर्ष जुन होत. पेनला एक दोन ठिकाणी क्रॅकसुध्दा गेले होते. तरीपण चिकटटेप लावून सर काम चालवत होते. आता त्याची

रिफिलसुध्दा मिळायची बंद झाली होती. ज्यावेळी रिफिल संपेल तेव्हा सर कॉलेज हॉस्टेलजवळ विश्वजीतच एक स्टेशनरी दुकान होत तिथे जायचे. त्याच्याकडुन पांढरा बॉक्स मागुन घ्यायचे. त्यातली एक रिफिल जुन्या रिफिलबरोबर धरून जास्तीच भाग कापून टाकायचे. एखादेवेळी रिफिल जास्त कापली गेलीय अस लक्षात आल की परत कागदाचा बोळा वापरून काम चालवायचे. पण त्यांनी कधीही हा पेन बदलला नाही. कौस्तुभ सहा वर्ष एकाच कॉलेजमध्ये असल्यामुळे त्याला सगळ्या शिक्षकांच्या सवयी पाठ झाल्या होत्या.

वर्गातली मुल कौस्तुभला घाबरून असायची. एखाद गेस्ट लेक्चर असल किंवा कमिटी येणार असली की वर्गशिक्षक त्याला सांगायचे कुमठेकर फक्त उद्याच्या दिवस आम्हाला शांततेच सहकार्य हवय तु मुलांशी बोल. किंवा एखादी इंन्डस्ट्रियल व्हिजीट असेल तर सर म्हणायचे कुमठेकर सहलीत गोंधळ होणार नाही किंवा मुलींना त्रास होणार नाही याची जबाबदारी तुझी.''

कौस्तुभ जवळपास वीस मिनीटांनी परत आला. ''सर मी रिफिल आणलीय. तुम्ही प्लीज लवकर सही करा. मला अजुन जवळपास वीस शिक्षकांच्या सह्या घेतल्या पाहिजेत तेव्हा कुठे एल.सी मिळेल.''

'' मी तुला दहा रूपये दिले होते. दोन रिफिल्सचे झाले आठ रूपये. आणखी दोन रूपये कुठे आहेत.''

''सॉरी सर, मी विश्वजीतला खूप दिवसांनी भेटलो होतो त्यामुळे गप्पांच्या ओघात दोन रूपये परत घ्यायच लक्षातच राहिल नाही.''

“ जा पहिल्यांदा दोन रूपये घेवून ये. मग सही करतो.”

“ काय? तुम्ही आता मला दोन रूपयांसाठी मला परत पाठवणार? दोन रूपयांसाठी?”

“ तुम्हाला दोन रूपयांची किंमत तुम्हाला नाही कळणार. मी जेव्हा सर्व्हीसला लागलो होतो तेव्हा मला पगार होता तीनशे रूपये. त्यात सगळा घरखर्च भागवत होतो आम्ही. आमच्या घरात त्यावेळी गॅस नव्हता. स्टोव्हवर जेवण बनवुन खायच. त्यावेळी रॉकेल होत पाच रूपये लिटर. महिनाअखेरला पैशांची खुप चणचण असायची. काही वेळा रॉकेल विकत घ्यायलासुध्दा पैसे नाहीत म्हणून आम्ही खुप वेळा उपाशी झोपलोय.

मी कॉलेजला होतो तेव्हा घरची परिस्थिती खुप बिकट होती. परीक्षा फी भरता येईल एवढेसुध्दा पैसे माझ्या बापाकडे नसायचे. मग दुसऱ्याच्या शेतात दिवसभर मजुरी करून पैसे मिळवायचे आणि मग परीक्षेला बसायच असे दिवस काढलेत आम्ही. आणि आता तुम्ही फक्त वाढदिवसाची पार्टी करायच म्हणल तरी बाप दोन हजार रूपये हातात टेकवतोय. तरीपण पाच—पाच वर्ष इंजिनिअरींग सुटत नाही.” सर जे काही बोलले ते कौस्तुभच्या मनाला लागल होत.

“ ठिक आहे सर येतो मी पैसे घेवून.”

“ आता काय दोन रूपये परत आणण्यासाठी दहा रूपयांच पेट्रोल जाळणार?”

“ मग काय करू? अर्धा किलोमीटर चालत जावू?”

“ नको, महादु कुमठेकरला तुझ्या सायकलची किल्ली दे.”

कौस्तुभ परत आला तरी सरांनी त्याच्या फॉर्मवर सही केली नव्हती. त्याला सरांचा खुप राग आला होता तरीपण त्याने शांतपणे विचारल. '' अजुन सही केली नाही सर?''

'' अरे कुमठेकर, तु गेलास आणि ऑफिसमधून नोटीस आली. हेड ऑफ डिपार्टमेंटने प्रत्येक शिक्षकाकडुन आपआपल्या विषयाचा निकाल किती टक्के लागला? पास किती झाले? नापास किती झाले? याची सर्व माहिती बारा वाजायच्या आत मागितलीय. नंतर दुपारी बारा वाजता मिटींग आहे. माझ्याकडे तर पाच विषय होते. काय करायच सांग? ही लोक रिटायर होणाऱ्या माणसालासुध्दा सुखाने जगु देणार नाहीत. तुझा फॉर्म कुठे गेला इथेच ठेवला होता त्यावर सही करतो आणि तुला एका मिनीटात मोकळा करतो.'' सरांना फॉर्म सापडला तोपर्यंत third year अपूर्व माने आला कौस्तुभच्या शेजारच्या खुर्चीत येवून बसला.

'' भाई तु धुळळाच केलास की? एका दमात आठ विषय काढलस? कॉलेजवर सगळीकड तुझीच चर्चा हाय.'' माने म्हणाला.

'' ए माने , तु उठ, तु पहिल्यांदा उठ. डायरेक्ट येवून खुर्चीवर बसतोस? तुला काही मॅनर्स आहेत की नाही.''

'' अहो सर पण भाईसुध्दा बसलाय की?''

'' कुमठेकर आता इथला माजी विद्यार्थी आहे. त्यामुळे तो इथे बसु शकतो. तु बसायच नाहीस.''

'' ओक्के सर! पण काय सर तुम्ही माझी वर्कशॉपची ओरल बॅकलॉगला ठेवली? तिकड नशीबान माझ दोनच विषय राहिल नाहीतर वाय.डी पडलो असतो मी.''

“ मी तुम्हाला वर्षभर सांगत असतो वर्गात बसत जावा. सबमिशन वेळच्या वेळी पुर्ण करत जावा पण तूम्ही ऐकत नाही. सहा—सहा महिने तुम्ही इकडे फिरकत सुध्दा नाही. एक्सर्टनल ओरलच्या वेळी आम्हाला माहित होत अरे हा आपल्या वर्गात होता. आणि मग ओरल बॅक ठेवली की की तोंड वाकड करून इकडे यायच. तुम्हाला परिस्थितीच गांभिर्य नाही. कुमठेकरला विचार मी त्याची पण ओरल एकदा बॅकलॉगल ठेवली होती पण तो मला जाब विचारायला आला नाही. त्याने नंतर स्वत:मध्ये सुधारणा केली.”

“अपुर्व, आता आलायस ना तु third year ला मग कशाला टेन्शन घेतोस?” कौस्तुभ म्हणाला.

“ भाई, आता तुम्ही कॉलेज सोडून जाणार? आणि एक वर्ष थांबा की. आमची भांडण झाली तर कोण मिटवणार? आमचा काय मॅटर झाला तर आम्ही कुणाकड जायच?”

“ कुमठेकर हा तोच मुलगा आहे ना जो १५ ऑगस्टला म्हणाला होता क्रांतिकारकांनी देश स्वातंत्र्य करून चुक केली. आपण इंग्रजांना परत बोलावून घेवुया. आणि परत याला कॉलेजने निलंबीत केल होत.”

“ हो, म्हणजे त्यावेळी काय झाल होत मुल—मुल त्यावेळी एकमेकांशी चेष्टेत बोलत होती. सरांनी ते ऐकल आणि तो विषय वाढला.”

“ परत तु याच्यासाठी कॉलेजच्या गेटवर आंदोलन केलस आणि त्या प्रकरणात पोलिसांनी अटक केली होती. बरोबर?”

“ मला त्यावेळी कॉलेजची बदनामी करायची नव्हती. माझ फक्त एवढच म्हणण होत. तो चुकलाय त्याने माफी मागितलीय विषय संपवा. एक वर्ष

घरी बसुन राहण्याच दु:ख काय असत ते मला माहित होत. मला हेच वाटत होत जे मी भोगलय ते याच्या नशीबी नको.''

'' हे बघ माने तुम्ही इथून बाहेर पडला मी इंन्डस्ट्रीमध्ये जाणार तिथे खूप मोठ राजकारण असत. तुमच्याकडून चुक कधी होतेय आणि तुम्ही बाहेर कधी जाताय यावर लोक टपून बसलेली असतात. तिथं असल वागण चालणार नाही. तु स्वत:च्या हिमतीवर आयुष्य जगायला शिक. कुमठेकरमुळे एकदा निभावून गेल पण प्रत्येकवेळी तुला वाचवायला तो येणार नाही.''

'' हो सर.'' तिथल वातावरण गंभीर बनल होत. तेवढ्यात सरांचा फोन वाजला. सरांचा फोन एक तर मुघलांच्या काळातला किंवा इंग्रजांच्या काळातल असावा. लाऊडस्पीकर ऑन केल्याशिवाय पुढचा काय बोलतोय हे ऐकुच यायच नाही.

''काय मग मालकीण बाई. उद्याच्या कार्यक्रमाच लक्षात आहे ना? साडी धुवून चांगली इस्त्री करून ठेवा. वाटल्यास ब्युटी पार्लरला जावून या. उद्याच्या कार्यक्रमात उठुन दिसला पाहिजे तुम्ही.''

'' व्हय, बर ती नव्ह उद्याच्या जेवणाच काय नियोजन केलय कुणाला सांगणार हायसा.''

'' मालकीण बाई तुम्ही अजीबात काळजी करू नका. उद्याचा कार्यक्रम एक नंबर होणार.''

'' बर येताना दोन मोठ चाळीस रूपयच बिस्कीटपुड घेवुन या.''

'' आणि काल दोन पुडे आणले होत त्याच काय झाल?''

‘‘ आता घरात बारकी पोर हायती म्हणल्यावर खायाला लागणारकी. नाय म्हणून चालतय का?’’

‘‘त्या पोरांना सांग अशी उधळपट्टी तुमच्या बापाच्या घरी चालत असेल इथे चालणार नाही.’’

‘‘ आता हाय का? आपली पोर सुध्दा चहासंग बिस्कीट खातेती. त्यामुळ पुड लवकर संपतेती. आणि तुम्ही फोनवर बोलला तस घरात काय बोलू नका नायतर जावई परत शितलीला कवाच इकड पाठवणार नायती.’’

‘‘ बर असो. मला आज डब्यात खिचडीसोबत दही का दिल नाही?’’

‘‘ हम्म्म! आव दही लागल नव्हत. आणि ताक दिल हुत नवका? एखाद्या वेळी ताकासंग भगर खाल्लेली चालनां काय? आणि तुमची असली चोच फक्त माझ्यापुढच चालणार हायती. उद्या सुन आल्यावर भगर कोरडीच खायला लावल.’’

‘‘ तुम्ही आता फार पुढच बोलु नका. तेव्हाच तेव्हा काय होईल ते बघायला येईल. ठेवा आता फोन.’’

‘‘ मी तुला सांगतो कुमठेकर हे वर्ष मला खुप खराब गेल. आमच्या मंडळींच्या मणक्याच ऑपरेशन केल. दीड लाख रूपये खर्च आला. पोराला नवीन गाडी घेवून दिली त्या शहाण्यान एका म्हाताऱ्या माणसाच्या अंगावर गाडी घातली. त्याच्या पायात रॉड टाकला तिथ दवाखान्याच्या खर्च पंच्याहत्तर हजार रूपये मीच केला. परत एका मुलगीचा साखरपुडा , लग्न परत बाळंतपणाचा खर्च आणि बारस हा सगळा खर्च मीच केला. टोटल चार—पाच लाख रूपये यावर्षी असेच गेले. म्हणून मी म्हणत होतो जिलेबी मठ्ठ्याच जेवण घालूया पण बायको म्हणाली हा समारंभ

सारखा–सारखा होत नसतो आणि माझ्या माहेरची माणसपण येणार आहेत. पुरी बासुंदीचच जेवण घालायच. आणि मी आपल्या कॉलेजमधल्या मास्तरांना विचारल तर अव्वाच्या सव्वा रेट असलेल्या केअरर्सची नावे सांगत होते दोनशे–अडीचशे रूपये प्लेट. मग मी डोक चालवल आमच्या मुलगीच्या साखरपुड्याच जेवण ज्या आचाऱ्याने घातल होत त्यालाच ऑर्डर दिली. पुरी, बांसुदी, भाजी, आमटी, मसाला भात एवढ सगळ फक्त एकशे वीस रूपये प्लेट.''

'' काय सर तुम्ही मला बोलायच ना? मी तुम्हाला हाच मेन्यु आणि त्यात ॲडिशनल कोशिंबीर, पापड आणि भजी ८५ मध्ये बसवून दिल असत. वारणानगरमधला सगळ्यात बेस्ट केटरिंगवाला माझा खास मित्र आहे.'' कौस्तुभ म्हणाला.

'' अरेरे! माने कुमठेकरच्या हिशोबाने आपले किती रूपये वाचले असते याच गणीत कर.''

'' सर तुमच्याजवळ सांयटीफिक कॅलक्युलेटर आहे काय?''

'' अरे माने, साध सोप गणित आहे. कशाला लागतोय कॅलक्युलेटर?''

''अहो सर इंजिनिअरींगला आल्यापासून ७+६ करायच म्हणल तरी कॅलक्युलेटर वापरायची सवय लागल्या. एवढ अवघड गणित करायच म्हणजे कॅलक्युलेटर वापरला पाहिजे की. पहिल्यांदा ब्रॅकेटमध्ये १२०×३०० करून परत त्यातुन ८५×३०० वजा केल पाहिजे.

''माने १२०–८५=३५ म्हणजे ३५×३=१०५ म्हणजे माझे १०५००रूपये सहज वाचले असते. बर असूंदे कुमठेकर एकदा दिलेली ऑर्डर कॅन्सल

करता येत नाही. पण अजुन माझ्या एका मुलीचा साखरपुडा आणि मुलाच लग्न आहे. त्यावेळी मी तुला सांगेन. तुझा फोन नंबर देऊन ठेव''

'' हा घ्याना.''

'' नाहीतर राहूदे, तु परत माझ्यावर काहीतरी उपकार करून ठेवलाय या तोऱ्यात कायम माझ्याशी वागणार. मी सांगेन दुसऱ्या कोणाला तरी.''

'' काय सर? यात उपकाराचा प्रश्न येतोय कुठे? मी तुमचा विद्यार्थी होतो ना? मग गुरूदक्षिणा दिली आणि तुमच्या ऋणातुन मुक्त झालो अस समजायच. किती सिंम्पल आहे हे आणि तुम्ही उगीचच कॉम्पलीकेटेड करून बसताय.''

'' लेक्चर सुरू असताना कॅन्टीनमध्ये बसून टाईमपास करणारा तु आणि तु गुरूदक्षिणा देणार. हे बघ तु आपल्यातले मतभेद विसरून माझी मदत करायला तयार झालास मला खरच खूप आंनद झाला. पण मी हे तुला निक्षूण सांगतो. तु माझ्याबरोबर आत्ता कितीही चांगला वागत असलास तरी या चार—पाच वर्षात तु मला किती त्रास दिला आहेस ते मी कधीही विसरणार नाही.''

'' थॅंक्स अ लॉट! हे तुम्हीच बोललात. तुम्ही विसरू नका आणि तुम्ही जे आमच्यासोबत वागलात ते मी सुध्दा विसरणार नाही. आपल्या नात्यातला कडवटपणा कधीही कमी होणार नाही सर. आता मी तुम्हाला कोपरापासून नमस्कार करतो. प्लीज तेवढी सही करा ऑलरेडी मला खूप वेळ झालाय.''

'' कुमठेकर खरतर एका मिनीटात सही करून मला तुला इथून घालवता आल असत. पण मी तस नाही केल. का सांगु?''

“ कारण तुम्हाला माझ्यामुळे जो त्रास झाला त्याचा आज वचपा काढायचा होता.”

“ नाही बाळा तु प्लीज माझ्याबद्दल गैरसमज करून घेऊन करू नकोस.” सर पुढच काही बोलणार तोपर्यंत त्यांचा फोन वाजला.

“ मालकीण बाई कशाला सारख–सारख फोन करताय इथे मुलांना सहीसाठी मी थांबवून ठेवलय आणि तुम्ही फोनवर फोन करायला लागलाय.”

“ आव, मी काय म्हणतुय ती ऐकुण तरी घ्या. आशी कॉलेजला गेलती मधनच माग आल्या. आल्यापसन रडत हुती तिला मी विचारल काय झाल तर कायच सांगना. परत शेजारच्या कवितान सांगितल आपल्या गावातला सच्या तिला कॉलेजवर जावून काय तर म्हणला.”

“ काय? मी आत्ताच घरी येतो आणि त्या सच्याला बघतो.”

“ आव नको. हित पावण गोळा हुयाला लागलेती. सगळ्यांच्या देखत तमाशा नको. कुणाकडन तर तेचा नंबर घ्या आणि तेला समजुन सांगा आमी गरीब माणसा हाय बाबा आम्हाला त्रास देवू नकोस म्हणा. तरीपण नाय ऐकल तर तिच्या मामाला पाठवतो तेच्या घरला.”

“ माझ्याकडे आहे त्याचा फोन नंबर. मी त्याला फोन करतो आणि त्याची अशी खरडपट्टी काढतो तो परत कुठल्याही मुलीकडे वाकड्या नजरेने बघण्याची हिंमत करणार नाही.”

“ माने तो आता माझा फोन उचलणार नाही मी सांगतो तो नंबर डायल कर.” फोन लागल्यानंतर पलिकडचा व्यक्तीने काही बोलायला सुरूवात करण्याअगोदर लोहार सर सुरू झाले.

“ मुलगीला काय म्हणालास?”

“ हॅलो, कोण बोलतय?”

“ मी कोण बोलतोय हे तुला मी नंतर सांगतो आधि मला सांग तु आश्विनीला काय म्हणालास?”

“ कोण आश्विनी? मी कुठल्या आश्विनीला ओळखत नाय?”

“ आश्विनी लोहार. आता आल का ध्यानात? अरे एका चांगल्या मुलीच छेड काढतोस तुला लाज वाटत नाही? माझ्या मुलीकडे वाईट नजरेने बघायची तुझी हिंमतच कशी झाली?”

“ तुम्ही म्हवण आण्णा बोलताय काय? आव आण्णा मी सच्याचा भाव बोलतुय. सच्या फोन चार्जिंगला लावून ऊसाला पाणि पाजायला गेलाय.”

“ तो घरी आल्यानंतर सांग परत माझ्या मुलीच्या वाटेला गेलास तर हात पाय तोडुन टाकेन. माझ्या नादाला लागायच नाय स्वत:च्या सासऱ्याच्या लग्नात जेवण जेवलेला माणूस आहे मी.”

“ व्हय आण्णा, तुम्ही किती डेंजर हायसा सगळ्या गावाला माहित हाय. तुम्ही काय बी काळजी करू नकासा मी सांगतो सच्याला समजून.” त्यांनी फोन ठेवला. त्यांच कपाळ घामाने भिजल होत. डोळे रागाने लालबुंद झाले होते. काही वेळाने मानेने हळूच विचारल.“ सर तुम्ही खरच स्वत:च्या सासऱ्याच्या लग्नात जेवलाय? का असच बोलायच म्हणून बोललात.”

“ खरच जेवलोय मी. तोंडाला येईल ते बडबडायला मला काही वेड लागलेल नाही. मी पाचवीत होतो तेव्हा माझे वडील मला एका लग्नाला

घेवुन गेले होते. पुढे त्याच माणसाला मुलगी झाली आणि परत तिच आणि माझ लग्न झाल. माझ्यात आणि आमच्या मंडळींच्या वयात पंधरा वर्षांच अंतर आहे. पण मी हे तुला का सांगतोय? तु कोण माझा पाव्हणा का मेव्हणा? कुमठेकर तुझ काय बाबा? तु सबमिशनसाठी आलायस? नेहमीप्रमाणे गावाच्या मागुन सबमिशन?''

'' सर मी सबमिशनसाठी आलेलो नाही. मी.....''

'' हा बरोबर तुझी एक्सर्टनल ओरल बॅकलॉगला ठेवली मी.'' सर त्याला मध्येच थांबवत म्हणाले.

'' सर तुम्ही भाईची नाही माझी ओरल बॅकलॉगला ठेवलीय.'' माने म्हणाला.

'' पण तु तर no dues साठी आला होतास.''

'' सर तो नाही मी no dues साठी आलोय.'' कौस्तुभ म्हणाला.

'' मग सबमिशन कुणाच राहिलय?''

'' सर सबमिशन कुणाचच राहिलेल नाही. आत्ता तर कॉलेजची सुरूवात आहे एवढ्यात कुठुन आल सबमिशन? मी no dues साठी आलोय आणि या मानेची ओरल तुम्ही बॅकलॉगला ठेवलीय.''

'' हा बरोबर. फर्नांडिसच सगळ रेकॉर्ड क्लीअर आहे फक्त सही राहिलीय माझा अलीकडे विसरभोळेपणा वाढत चाललाय. पण माने तुझ काम झालय ना मग तु कशाला विणाकारण इथे थांबला आहेस?''

'' अहो भाई मला नाक्यापर्यंत सोडतो म्हणलाय नवका. तुम्ही सही करा की म्हणजे आम्ही दोघपण इथुन जायला मोकळ.''

“ माने तु मला एक गोष्ट प्रामाणिकपणे सांग. तु कॉलेजला नक्की कशासाठी येतोस? म्हणजे फक्त मज्जा करण्यासााठी येतोस का अभ्यास करून पुढे जावून आपल्याला मोठ व्हायच आहे या उद्देशाने येतोस.”

“ तुम्हाला खर सांगु का सर? आपल्याला काय शिकायची गरज नाय. आपल्याला आहे तोच घरचा बिझनेस पुढ न्यायचाय. मी फक्त कॉलेजला एन्जॉयमेन्टसाठी येतो. खरतर मला मेकॅनिकल नकोच होत. मी सिव्हील, इलेक्ट्रॉनिक्स किंवा कंम्प्युटर सायन्स घेणार होतो. पण काय करायच बारावीला फक्त पंच्चावन्न टक्केच मार्क पडली.” माने अगदी निरागसपणे बोलून गेला.

“ का? तिकडे मुली असतात म्हणून?”

“ होय.” त्याच ते उत्तर ऐकूण कौस्तुभने डोक्याला हात लावला.

“ चला तुम्ही दोघपंणबाहेर व्हा. कुमठेकर मी तुझ्या फॉर्मवर सही करणार नाही.”

“ पण का सर? ”

“ हा आत्ता काय म्हणालास ऐकलस ना? हे असले धंदे करायला कॉलेजला येता तुम्ही? मला एक बहिण होती. तिला शिक्षणाची खुप आवड होती. पण तिला कॉलेजध्ये एक पाटलाचा मुलगा सतत त्रास द्यायचा. आम्ही प्रार्चायांकडे तक्रार केली पण काहीही उपयोग झाला नाही. शेवटी त्याच्या त्रासाला कंटाळून माझ्या बापाने तिच शिक्षण बंद केल आणि तिने एक दिवस गळफास लावून आत्महत्या केली. काल जे माझ्या बहिणीच्या बाबतीत झाल तेच आज माझ्या मुलीच्या बाबतीत होतय. तुम्ही सगळी मुले एकाच माळेचे मणी असता. फरक फक्त

एवढाच आहे हो माने बालिश आहे आणि तु न बोलून शहाणा. तुमच्या एन्जॉयमेंटमुळे एखाद्या मुलीच्या आयुष्याची राखरांगोळी होतेय याची सुध्दा तुम्हाला जाणिव नसते.''

'' सर जे काही झाल ते अतिशय चुकीच होत आणि ते कुठल्याच मुलीच्या बाबतीत होता कामा नये हे माझ मत आहे. पण हे बघा फर्नांडिसुध्दा एक मुलगी आहे आणि ह्या फॉर्मवर तिच भवितव्य अवलंबून आहे हे विचारात घेवून सही करा.''

'' फर्नांडिसचा फॉर्म आहे ना तो? मग सही घेण्यासाठी तिलाच येवूंदे. तु दुसऱ्याची धुणी धुवुन द्यायची बंद कर. महादु मी आता मिटींगला निघालोय इथे कोणालाही फिरकुन देवु नकोस कलम १४४ लागु कर.''

''१४४ म्हणजे'' कौस्तुभने विचारल.

'' पोलिसाचा मुलगा असून तुला १४४ माहित नाही. कंम्पलीट संचारबंदी. तु आता चार वाजता ये.''

'' पण सर?''

'' मी चार वाजेपर्यंत इथेच आहे कुठे पळून जाणार नाही. माझ डोक आधिच गरम झालय तु आणखी तापवू नकोस.'' सरांची त्रासिक मुद्रा पाहून कौस्तुभ तिथून बाहेर जात होता. तेवढ्यात तिथे त्याच्या वर्गातली सुप्रिया आली.

'' सर हे घ्या पेढे. मला प्रमोशन मिळाल. मी उद्या इंजिनिअरींग कॉलेजवर लेक्चरर म्हणून जॉइन होतेय.'' सुप्रिया म्हणाली.

‘‘ बघा कुमठेकर तुमच्याच वर्गात शिकणारी मुलगी तुमच्याअगोदर दोन वर्ष इंजिनिअर होते. डिप्लोमा कॉलेजवर लेक्चरशिप करत–करत एम.टेक पुर्ण करते. आणि नंतर इंजिनिअरींग कॉलेजवर प्राध्यापक होते. आणि तुम्ही? प्रत्येक वेळेला पॉवर राहिला, कंट्रोल राहिला, एफ.एम राहिला, थर्मोडानॅमिक्स राहिला. जरा लाज वाटायला पाहिजे होती स्वत:ची. ’’ कौस्तुभला आता सरांचा खुप राग आला होता. तो खावू का गिळू या नजरेने सरांकडे बघत होता. त्याचे डोळे आग ओकत होते.

‘‘ नाही तुम्हाला नाही आम्हाला लाज वाटली पाहिजे. कारण शिक्षक एकाच वर्गातल्या मुलांना वेगवेगळ शिकवतात. त्यामुळे एक विद्यार्थी पुढे जातो आणि एक मागे राहतो. किंवा मग अस पण असेल हिच्या आईने ही लहान असताना दुधात दोन चमचे हॉर्लिक्स मिसळल असेल. त्यामुळे ही तुझ्यापेक्षा हुशार झाली असेल.’’ सुप्रियाला हसु आवरत नव्हत. कौस्तुभ तिच्याकडे दुर्लक्ष करून जायला निघाला पण तोपर्यंत तिने no dues फॉर्म बाहेर काढला आणि तो तिथेच थांबला. त्याला आता सर पुढे काय करतात हे बघायच होत.

‘‘ सर माझा एल.सी हरवलाय मग मी ड्युप्लीकेट एल.सी काढणार आहे. तिथे बर्थ डेट व्हेरिफिकेशनसाठी लागतोय. प्लीज सही कराल का?’’

‘‘ कराल का म्हणजे काय? करणारच त्याचाच तर पगार घेतो आम्ही.’’

त्यांनी अक्षरश तिच्या हातातुन कागद हिसकावून घेतला आणि रेकॉर्ड न बघता सहीसुध्दा केली. कौस्तुभ सरांच्या टेबलपाशी आला आणि टेबलवर जोरदार हात आपटत म्हणाला.

“ सर हे काय आहे. it was discrimination मी सकाळपासून थांबलोय. तुम्ही सांगितलेली प्रत्येक गोष्ट मी ऐकली. तरीही तुम्ही मला ताटकळत उभ केल आणि हिच कोणतही रेकॉर्ड न बघता सही केलीत. हा अन्याय आहे आणि हे मी चालू देणार नाही.”

“ चालू देणार नाही म्हणजे काय करणार आहेस तु?”

“ मी हेड ऑफ डिपार्टमेंटकडे तुमची तक्रार करेन.”

“ तु कुठे तक्रार करायची ते कर मी कोणालाही घाबरत नाही.”

कौस्तुभ तिथून निघून गेल्यानंतर सुप्रियाने विचारल “ काय झालय सर?”

“ काही नाही ग सुप्रिया. अर्धवट आहे कुमठेकर. त्याला एवढी साधी गोष्ट कळत नाही तुझसुध्दा रेकॉर्ड चेक केल्याशिवाय मी तुला इथून जावून देणार नाही.” सरांनी हळुच तिचे गाल ओढले.

ऑफिसमध्ये गेल्यानंतर कौस्तुभ काहितरी बोलणार त्याआधिच त्याच्यावर प्रश्नांचा भडिमार चालू झाला.

“ कुमठेकर तुझा युनिफॉर्म कुठाय आणि विदाऊट आयकार्ड वॉचमनने तुला आत सोडलच कस?” मेकॅनिकल विभागप्रमुखांनी कौस्तुभला विचारल.

“ सर आता कुमठेकरला आयकार्ड किंवा युनिफॉर्म घालण्याची गरज नाही. कारण तो final year ला सगळ्या विषयांमध्ये पास झालाय.” कुलकर्णी सर म्हणाले.

“ होय काय? सुटला बाबा एकदाचा कुमठेकर. तुझ खूप अभिनंदन कुमठेकर आणि पुढील वाटचालीसाठी आमच्या स्टाफकडुन तुला मनापासून शुभेच्छा. नेमक काय झाल मी तुला सांगतो. गेली कित्येक वर्ष तु माझ्या नजरेपुढे होतास त्यामुळे मला आत्तापण हेच वाटल तु अजुनही या कॉलेजचा विद्यार्थी असशील.”

“ सर, माझ एक काम होत, मी no dues साठी सकाळपासून थांबलोय पण लोहार सर माझ्या फॉर्मवर सही करत नाहीयेत.”

“ तुझी काहीतरी फी बाकी असेल किंवा अटेन्डन्स फाईन किंवा ब्रेकेज राहिल असेल.”

“ नाही सर मी ॲक्चुअली जेनिफर फर्नांडिससाठी आलो होतो. तिची काहीही बाकी नाहीये. आणि रेकॉर्ड बघून त्यांनी खात्री सुध्दा केलीय. तरी पण ते सही करत नाहीयेत. म्हणून मी तुमच्याकडे आलो.”

“ कुमठेकर आता आपल्या सगळ्यांना माहित आहे सरांचा स्वभाव कसा आहे. कॉलेज चालू होत तेव्हा तर तुमच आणि त्यांच रोज वाजत होत.

काहीतरी जुन डोक्यात घेवुन बसले असतील. आणि सर उद्या रिटायर होणार आहेत त्यामुळे आपणच थोड समजून घ्यायच. तु एक काम कर बाकीच्या शिक्षकांच्या सह्या घे आणि मग सरांकडे जा. त्यांच्याशी थोड सौम्य भाषेत बोल आणि तरीही त्यांनी ऐकल नाही तर तु माझ्याकडे ये मी बोलेन सरांशी.''

'' बर कुमठेकर हे पाटील सर आहेत आपल्या लोहार सरांच्या जागी यांची नियुक्ती होणार आहे. आणि पाटील सर हा कुमठेकर आपल्या कॉलेमधला सगळ्यात हार्ड वर्कींग विद्यार्थी.'' कुलकर्णी सर म्हणाले.

'' हो हा इतका हार्डवर्कींग आहे की याच्या हार्डवर्कींगला याचे आई—बाप सुध्दा कंटाळलेत. एका सेमीस्टरला तर डझनभर विषय घेवून बसला होता. तुम्ही मला सांगा बारावीनंतर इंजिनिअरींग किती वर्षात होते? चार वर्ष? एखाद वर्ष वाय.डी धरून पाच वर्ष याने आयुष्यातली सात वर्ष इथेच घालवली.'' विभागप्रमुख म्हणाले.

'' सात कुठे सर सहा वर्ष. मी फक्त दोन वेळाच वाय.डी होतो.''

'' बघा, आणि तोंडवर करून कसा सांगतोय बघा फक्त दोन वेळाच वाय.डी होतो. शेवटच्या सेमीस्टरला एखादा विषय ठेवायचा नाही का म्हणजे आणखी सहा महिने तुमच्यासोबत राहण्याचे सौभाग्य आम्हाला प्राप्त झाल असत.'' ते तिघेपण खो खो हसायला लागले. आपल्याला काहीतरी न्याय मिळेल या अपेक्षेन कौस्तुभ तिथे आला होता. पण उलट त्याचाच पाणउतारा करण्यात आला. तो ऑफिसमधून बाहेर पडला.

लोहार सरांनी सुप्रियासाठी कॉफी मागविली होती. ते तिच्याशी काही महत्वाच्या गोष्टी बोलत होते.

“ स्टाफमध्ये एकतरी नालायक माणूस असतो बाई—माणसाचा गैरफायदा घेण्याचा प्रयत्न करतो. आपण सुरूवातीपासुन अशा माणसाला ओळखायच आणि त्याच्यापासून लांब राहायच.

एखादेवेळी बसमधुन जाताना साडी नेसली असेल तर सांभाळून राहायच. चुकुण कुणाचा पाय जर पडला तर घोटाळा होण्याची शक्यता असते.” तिच्याशी बोलत असताना त्यांची नजर बाहेर खांबाला टेकून उभा राहिलेल्या कौस्तुभवर पडली.

“ कुमठेकर इकडे ये. माझी ऑफिसमध्ये तक्रार घेवून गेला होतास काय झाल? काय म्हणाले ते? मला कामावरून काढून टाकतो म्हणाले? का माझी पेन्शन बंद करतो म्हणाले? हेड ऑफ डिपार्टमेंट काय प्राचार्यांकडे जरी गेलास तरी मला काहीही फरक पडणार नाही, याच कारण काय आहे तुला सांगु?”

“ हा सांगा.”

“ खिडकीच्या बाहेर तो बोर्ड दिसतोय ना?”

“ हो दिसतोय. आपल्या संस्थाचालकांना शिक्षकांनी वाढदिवसाच्या शुभेच्छा दिल्या आहेत. मग त्याच काय?”

“ माझ्या चुलतबहीणीच्या नंदेचा दिर आणि संस्थाचालक दोघे सख्खे साडु. मी त्यांचा पाहुणा लागत असल्यामुळे इथे सहसा कोण माझ्या वाटेला जात नाही.” कौस्तुभने सगळ्यात आधि सुप्रियाकडे बघितल तिलासुध्दा संस्थाचालक आणि लोहार सरांच नात नीटस लक्षात आल नव्हत.

‘‘ ठिक आहे सर माझ्याकडून खुप मोठी चुक झाली त्याबद्दल मी तुमची क्षमा मागतो. आणि तुम्हाला अतिशय नम्रपणे विनंती करतो प्लीज या फॉर्मवर सही करा.’’

‘‘ अजीबात नाही. तो फॉर्म फर्नांडिसचा आहे ना? ती स्व:त इथे आली तरच मी सही करणार. मला चार वर्ष त्रास दिलासच तु आणि आज शेवटच्या दिवशी सुध्दा माझी तक्रार घेवून ऑफिसमध्ये गेलास. मी तुला सही देणार नाही म्हणजे नाही.’’

‘‘ ओक्के सर! चल सुप्रिया येतो मी.’’

‘‘ ए इकडे ये, ते सुप्रिया नसत सु..प्रिया असत सु..प्रिया.’’

‘‘ हा मग दोन्ही एकच ना?’’

‘‘ दोन्ही एकच नसत. जायफळ मधल ‘ज’ वेगळ आणि जंगल मधल ‘ज’ वेगळ. चमचा मधल ‘च’ वेगळ आणि चहामधल ‘च’ वेगळ. अंगणवाडीत तरी नीट बसत होतास ना? का तिथे पण दांड्या मारायचास?’’

‘‘ सर तुम्ही खरतर मराठीचे प्रोफेसर व्हायला पाहिजे होता.’’ सुप्रिया म्हणाली.

‘‘ तुम्हाला अजुन बऱ्याच भाषांच ज्ञान असेल ना? जर्मन, स्पॅनिश, पोतुर्गिज, अरेबिक.’’ कौस्तुभ म्हणाला.

‘‘ हा अस काहितरी पुढचचं बोलुन मोकळा होतो त्यामुळे याच्या फॉर्मवर सही करू वाटत नाही. बर बाळा तु निघ तुला उशीर व्हायला नको. मला पण मिटींगला गेल पाहिजे.’’

कौस्तुभ तिथून गेल्यानंतर सुप्रियाने विचारल म्हणाली. “ सर कराना त्याच्या फॉर्मवर सही का बिचाऱ्याला त्रास देताय.”

“ नाही येंवूदे त्याला चार वाजता. मी जरा त्याच्याबरोबर काही महत्त्वाच्या गोष्टी बोलणार आहे. त्या जर त्याने ऐकल्या तर त्याच्या आयुष्याच कल्याण होईल.”

''जेनिफर कुठे आहेस तु? मला तु म्हणाली होतीस मी बारा वाजेपर्यंत कॉलेजवर येईन दीड वाजले यार?''

''भाई मी आलेय कॉलेजवर, मी आठ वाजता घरातुन बाहेर पडले होते पण पुण्यातुन बाहेर निघताना आणि कराडमध्येपण ट्रॅफिक मध्ये अडकले होते. त्यामुळे मला उशीर झाला. तु आता कुठे आहेस? ती गाडी पार्क करून कॅन्टीनकडे निघाली होती. तिला समोरच पाठमोरा उभा असलेला कौस्तुभ दिसला.''

''भाई इकडे बघ मी तुझ्या पाठीमागेच उभी आहे. तिकडे नाही तुझ्या लेफट साइडला.'' कौस्तुभने फोन ठेवला. आज जवळपास दोन महिन्यानी जेनीफरला पाहिल्यानंतर कौस्तुभ मनोमन सुखावला होता.

''जेनी कशी आहेस तु? मी तुला किती मिस केल महित आहे? बर आता आली आहेस तर चांगली आठवडाभर माझ्या घरी राहा. आपण कुठेतरी एखादी फॅमेली ट्रिप प्लॅन करूया.''

''भाई मी पण तुला खूप मिस केल but , i am sorry मला इथे राहता येणार नाही कारण मला या दोन तीन दिवसांत एम.टेकच्या ॲडमिशनच काहीतरी बघीतल पाहिजे. बर माझा no dues फॉर्म कुठेय?''

''हा घे.''

''हे काय भाई अजून एका सुदधा टीचरची सही घेतलेली नाहीस तु? मग सकाळपासून इथे येवून केलसं काय तु?''

''अग एम.आर लोहार सरांनी दोन तीन तास थांबवून घेतल आणि सही पण केली नाही. आणि वरून इतके घाण टोमणे मारत होते माझ डोक

फुटायची वेळ आलीय आता घरी जावून मला ब्लॅन्केट घेवून झोपल पाहिजे तेव्हा कुठे माझ डोक ताळयावर येईल.''

''तु पण ना भाई? त्यांच्याकडे सगळयात शेवटी जायच ना ? पहिल्यांदा कशाला गेलास?''

''मला काय हौस नव्हती बोलून घेण्याची ते उद्या रिटायर्ड होणार आहेत म्हणून गेलो होतो. मला काय म्हणत होता तुला परिस्थितीची जाणीव नाही. अरे हे मोबाइलच स्क्रीन गार्ड बघ ना किती ठिकाणी क्रॅक गेलेत मी पैशांची उधळपट्टी करणारा मुलगा असतो तर मी एका मिनीटात हे स्क्रीन गार्ड बदलल नसत का?''

''तु हे जर त्यांच्यापुढे म्हणाला असतास तर म्हणाले असते तुला जर परिस्थितीची जाणीव असती तर मोबाइल हातातून पडूनच दिला नसतास. मी आता एक काम करते भाई अगोदर सगळ्या शिक्षकांच्या सह्या घेते आणि कॉलेज संपायला दहा मिनीटे बाकी असताना लोहार संरांकडे जाते. म्हणजे त्यांच्याजवळ सही करण्याशिवाय दुसरा कोणता ऑप्शनच राहणार नाही.''

''नाही मी सांगतो ते कर म्हणजे तुला एका मिनीटांत सही मिळेल. तिथे जावून हो ना सरं! नाही ना सर! तुम्हाला पदमश्री ॲवार्ड भेटायला हवा होता सर! असली वाक्य तिथे बोलायची म्हणजे लगेच सही मिळतेय.'' जेनीफरला हसू आवरत नव्हत.

''कोण म्हणाल असं?''

''ती सुप्रिया मोरे होती बघ आपल्या वर्गात. ती आता इंजनिअरींग कॉलेजवर प्रोफेसर झालीय. ती खूप वेळ तिथे होती पण माझ्या बाजूने एक शब्द सुदधा बोलली नाही मला खूप राग आला होता तिचा.''

''चल सोडून दे ना भाई. चल आपण तुझ्या आवडत्या मॅडमकडे जावूया म्हणजे तुझा मुड एकदम फ्रेश होइल.''

''नाही आता लंच ब्रेक झालाय आणि मॅडमपण मिटींगमध्ये असतील. मला पण खूप भूक लागलीय काहितरी खायला दे.''

''चल कॅन्टीनमध्ये जावुया.''

कॅन्टीनमध्ये कौस्तुभ समोसा हातात धरून एकटक खिडकीतुन बाहेर बघत बसला होता.''भाई जावूदे ना. तु कशाला लोहार सरांच मनावर घेतोयस? आणि आपणपण त्यांना खूप म्हणजे खूप त्रास दिलाय त्याचा ते revenge घेत असतील.''

''आपण त्यांन इतकापण त्रास दिला नव्हता जेनी?''

''होय काय? जरा डोक्याला ताण देवून आठव म्हणजे तुझ्या लक्षात येईल आपण काय कांड करून बसलोय.''

एकदा कॉलेजची इंन्टस्ट्रीयल व्हिजीट पुण्याला निघाली होती. कॉलेजवरून निघताना एका हॉटेलच्या बाहेर संस्थाचालक दिसल्यानंतर लोहार सरांनी बस थांबवली आणि ते संस्थाचालकांच्या जवळ जावून उभा राहिले.

‘‘गेला बघ चाटायला.’’ जेनिफर म्हणाली.

‘‘एऽऽऽ.’’

‘‘भाई, पाय चाटायला अस म्हणायच होत मला.’’

लोहार सर संस्थाचालकांना वाकून नमस्कार करत होते. संस्थाचालकांनी त्यांना थांबवल. ‘‘मोहन हे काय करतोयस तु? तु मला नाही उलट मी तुला नमस्कार केला पाहिजे.’’

‘‘काहितरी बोलू नका मालक.’’

‘‘मी काहितरी बोलत नाही. कॉलेजच बांधकाम चालू असताना वीटा उचलणारा लहान मुलगा पुढे जावून त्याच कॉलेजमध्ये प्राध्यापक होतो ही खुप अभिमानास्पद गोष्ट आहे. मोहन माझ्या मनात तुझ्याबदल नितांत आदर आहे.’’ त्यांनी लोहार सरांच्या खांदयावर कौतुकाने हात ठेवला. बसमधली सगळी मुल खिडकीतुन बाहेर बघत होती.

‘‘फुगला बघ.’’ फर्नांडिस म्हणाली. पण तिच्या तोडांत वेफर्स असल्यामुळे ती काय बोलतेय हे मागच्या सीटवर बसलेल्या सक्षमला नीट कळल नव्हत.

‘‘ काय म्हणाली र ही?’’ सक्षमने विचारल.

‘‘ती म्हणतेय फुगला.’’ कौस्तुभ म्हणाला. मग सक्षम तसाच बसच्या सीटवर उभा राहिला आणि हळूच त्याने सगळया मुलांना खुणावल. सगळयांनी एकसुरात फुगला! फुगला! म्हणायला सुरूवात केली.

‘‘अरे हे काय आहे? शांत व्हा बाळांनो अस बोलू नये. सक्षम शांत बस, कौस्तुभ शांत बस बाळा, फर्नांडिस तु शांत बस नाहितर मी तुला मारेन.

काय मुले आहेत ही. अजीबात ऐकत नाहित.'' वर्षा पाटील मॅडम मुलांना शांत करण्याचा प्रयत्न करत होत्या. लोहार सर बसमध्ये आले आणि सगळी मुले शांत झाली.

''मला सांगा सुरूवात कोणी केली?'' लोहार सरांनी विचारल. पण कोणीही काहिही बोलत नव्हत.

''मला शंभर टक्के खात्री आहे सुरूवात कुमठेकरनेच केली असणार. कुमठेकर आणि फर्नांडिस तुम्ही दोघपण अतीशय नालायक आहे. कुमठेकर तु पुढे येवून माझ्या शेजारी बस मॅडम तुम्ही फर्नांडिसच्या शेजारी बसा.'' नंतरच्या पुर्ण प्रवासात सरांनी कौस्तुभला बोलू दिल नाही. तो बिचारा एखाद्या माजरांप्रमाणे शांत बसला होता.

Third year ला एक नवीन मॅडम जॉइन झाल्या होत्या लोहार सर सतत त्यांच्या मागेपुढे करायचे. मॅडम मी असताना तुम्हाला घाबरण्याच काहीच कारण नाही. तुम्हाला कसलीही अडचण येवुंदे फक्त मला फोन करत जावा. मॅडम रोज सरांच्या गाडीवरून ये जा करत होत्या. कौस्तुभ आणि जेनिफरने एक दिवस प्रिटींग प्रेसमध्ये जावून लोहार सर आणि पोरवाल मॅडम शुभविवाह अशी लग्नपत्रीका छापली आणि रात्री तीन वाजता कॉलेजला असणार तारांच कुपंण ओलांडून कॉलेजच्या नोटीस बोर्डवर चिकटवली. दुसऱ्या दिवशी लोहार सर खुप चिडले होते.

''हे कोणी केलय ते मला माहित आहे पण माझ्याकडे कोणताही पुरावा नसल्यामुळे मी शांत बसतोय पण मी तुम्हाला एक सांगतो हे ज्यांनी कोणी केलयं त्यांना एक दिवस मी रडवणार म्हणजे रडवणार.''

धनश्री नावाची मुलगी एम.टेकमध्ये शिकत होती. तिला बसमध्ये एक मुलगा सतत त्रास द्यायचा. तिने कौस्तुभजवळ त्या मुलाची तक्रार केली. कौस्तुभ वर्गातल्या पाच सहा मुलांना घेवून त्याच्या गावात गेला आणि त्याला बेदम मारहाण केली. नंतर त्याला कळल तो लोहार सरांचा मुलगा होता. नंतर लोहार संरानी वर्गातल्या जवळपास पंचवीस तीस मुलांची ओरल बॅकलॉगला ठेवली होती.

''भाई मरणार नाही हा माणूस आपण त्याचाच विचार करतोय आणि तो इथे हजर झालाय.''

''कुठेय?''

''मागे बघ.'' कौस्तुभने मागे वळून बघीतल लोहार सर कॅन्टीनमध्ये चहा पिण्यासाठी आले होते.

''भाई एकदम शांत डोक्याने माणसं कशी हॅन्डल कशी करायची असतात हे मी तुला शिकवते. जरा लक्ष दे.'' जेनीफर लोहार संराजवळ गेली.

''हॅलो सर. मला असं कळलं तुम्ही उदया रिटायर्ड होणार आहात.''

''हो मग तुला आणि तुझ्या मित्राला आंनद झाला असेल.''

''अजीबात नाही सर. हे घ्या सर माझ्याकडून तुम्हाला सप्रेम भेट. घ्याना आंबा बर्फी आहे. भाकरवडी आहे. म्हैसुरपाक आहे.''

''तु हे जे काही मला देत आहेस ते बापकमाईतुन मिळवलेल्या पैशांतुन देतेयस बरोबर?''

‘‘हो सर.’’

‘‘तु ज्यावेळी स्वत: पैशे कमावशील त्यावेळी माझ्यासाठी भेटवस्तु घेवून ये मी तेव्हा तुझी भेटवस्तू आंनदाने स्वीकार करेन.’’

‘‘ओक्के सर. बर सर तेवढी no dues वर सही मिळेल का?’’

‘‘इथे सही करायला तु काय माझी विहीणबाई आहेस काय? चार वाजता ऑफिसमध्ये ये मी तुला सही देतो.’’

‘‘विहीणबाई म्हणजे?’’

‘‘कुमठेकरला विचार तो तुला सांगेन. ए कुमठेकर हिच्या शंकेच निरसन कर.’’ आणि सर निघून गेले.

‘‘काय झाल मिळाली वाटतं सही.’’ कौस्तुभने कुत्सितपणे विचारल.

‘‘भाई कुत्तेकी दुम म्हणतात ना त्यातला हा प्रकार आहे. बर जावूदे ते काय म्हणत होते तु माझी विहीणबाई नाहीस म्हणजे काय मला कळल नाही.’’

‘‘अग समज माझ्या मुलाने आणि तुझ्या मुलीने जर लग्न केल तर तु माझी विहीण आणि मी तुझा व्याही.’’

‘‘भाई मी तुला सांगु का लग्नाचा विचार जरी मनात आला ना तरी माझ्या अंगावर काटा येतोय.’’

‘‘का?’’

‘‘अरे बघ ना आपण एवढे भंपक निघालो येणारी पुढची जनरेशन किती भंपक निघेल? भाई तुला आठवतय ना आपण किती वेळा कॉलेज बंक करून कोल्हापूरमध्ये फिरायला गेलोय.’’

‘‘हो ना. चांगलच आठवतय. कधी मॉलला, कधी हॉटेलला, कधी रंकाळ्यावर तर कधी महालक्ष्मी मंदीरात एकदा आपण लोहार सरांनापण सापडलो होतो.’’

‘‘हो ना, तो दिवस माझ्या अजुन जसाच्या तसा डोळयासमोर आहे.’’

ते दोघेजण कोल्हापुरमधल्या एका चौकातुन आईस्क्रीम खात पुढे निघाले होते. अचानक लोहार सर समोर आले ‘‘सर तुम्ही इथे कसे काय?’’ कौस्तुभने विचारल.

‘‘युनिव्हर्सिटीच्या कामासाठी आलो होतो आणि तुमच काय? कॉलेज बुडवुण बोंबलत फिरायला लागलाय? घरी फोन करू काय तुमच्या?’’

‘‘नाही सर मी हिला घेवून इथे दवाखान्यात आलो होतो.’’

‘‘कुठल्या दवाखान्यात?’’

‘‘इथल्याच.’’ कौस्तुभने रस्त्याकडील दवाखान्याकडे बोट दाखवल.

‘‘काहीतरी बोलू नकोस हे प्रसुतिगह आहे.’’

‘‘सर मला म्हणायच आहे इथून मागे पाचव्या गल्लीत एक दातांचा दवाखाना आहे तिथे हिला घेवून आलो होतो. हिच दाढ दुखत होती ना. मग दाढ काढली. आता डॉक्टरांनी आईस्क्रीम खायला सांगितलय.’’ जेनिफरने मान हलवून त्याच्या म्हणण्याला दुजोरा दिला.

‘‘ठिक आहे आता दोन तीन दिवस काही कठीण पदार्थ खावू नकोस. शिरा, वरणभात असले पदार्थ खा. आणि गाडी घेवून आलाय का एस. टीने जाणार आहे?’’

‘‘गाडी आणलीय सर.’’ कौस्तुभ म्हणाला.

‘‘ठिक आहे. दुकानातुन एखादा स्कार्फ विकत घे आणि हिच्या कानाला बांध नाहीतर आणखीन आजारी पडेल. फर्नांडिंस तु दोन तीन दिवस कॉलेजला नाही आलीस तरी चालेल मी बोलतो तुझ्या वर्गशिक्षकांशी.’’ आणि लोहार सर निघून गेले.

‘‘भाई तुला मी खर सांगु का? आपण नोटीस बोर्डवर पत्रीका लावली त्यावेळी मला काहीच वाटल नव्हत पण आपण लोहार सरांशी खोट बोललो तेव्हा मला खुप गिल्टी वाटल.’’

‘‘अजीबात गिल्टी वाटून घेण्याची गरज नाही अग तो अतिशय नालायक माणुस आहे तो. मी second year ला असताना त्याच्यामुळे year down झालोय. माझा m3 गेला होता thermodynamics आणि fluid पण गेला होता. आणि third year ला जायच असेल तर चार विषय राहुन चालत नाही याने माझी ओरल बॅकलॉगला ठेवली झाल तो माझा चौथा विषय गेला आणि मी year down झालो. जर याने तेव्हा माझी ओरल बॅकलॉगला ठेवली नसती तर माझ्यावर double yd चा शिक्का बसला नसता.’’

‘‘भाई आपण जवळपास सगळ्या शिक्षकांच्या सह्या घेतल्या आहेत आणि आता फक्त लोहार सर आणि sister in law राहिल्या आहेत. मराठीत काय म्हणतात? नणंद? बरोबर ना?’’

‘‘नंणद नाही गं भावजय म्हणतात किंवा मग सरळ वहिणी म्हण ना?’’

‘‘बर ठिक आहे तु आत्ता चल माझ्याबरोबर मी वहिणींना मागणी घालते. मी त्यांना म्हणेन तुमच्यासाठी एक चांगल स्थळ आहे. मुलगा मेकॅनिकल इजिंनिअर आहे. स्वत:चा 2BHK फलॅट आहे. वडील रिटायर्ड पोलिस आहेत तीस हजार पेन्शन येते. आई घरकाम बघत ज्योतिष व्यवसाय करते. भाऊ बॅंकेमध्ये असतो.’’

‘‘आणि मुलगा काय करतो? अजुन एक रूपयासुदधा कमवत नाही. वाया गेलाय. हे सांगणार आहेस तु?’’

‘‘काय भाई तु सगळा मुड ऑफ केलास? हे बघ आज आपला इथला शेवटचा दिवस आहे आणि तो मला एकदम मेमोरेबल बनवायचा आहे. तु फक्त चल माझ्याबरोबर मी तुला कोणत्याही परिस्थीत अडचणीत येवून देणार नाही. माझ्यावर विश्वास ठेव.’’

थेअरी ऑफ मशीन लॅब मध्ये कौस्तुभची स्वप्नसुंदरी बसली होती. कॉलेज जॉइन केल तेव्हा तीच वय अंदाजे पंचवीस असाव आणि आता तिने तिशी पार केली होती पण अजुनही ती समोर आली की कौस्तुभच्या छातीची धडधड आपसुकच वाढायची. खूप मोठया संघर्षानंतर कौस्तुभ इंजिनिअर झाला होता. पण त्याला वर्षा पाटील मॅडममुळे अजुनही कॉलेज सोडून जाण्याची इच्छा होत नव्हती. सगळया आठवणी अजुनही ताज्यातवान्या होत्या. सगळ कसं एका रमणीय स्वप्नाप्रमाणे चालल होत.

“काय रे बाळांनो कसे आहात तुम्ही. आणि कौस्तुभ मला असं कळल माझ्या विषयांत तुला ८७/१०० मार्क्स पडले. तुझ खुप खुप अभिनंदन”

“थॅंक यु सो मच मॅडम!”

“बर अरे तुम्हाला एक गोष्ट सांगायची होती. माझा आज इथला शेवटचा दिवस आहे मी आता थोडया वेळात Resign करणार आहे.”

“पण का?” कौस्तुभने विचारल.

“अरे मला घोडावत इन्सिटीट्युट मध्ये लेक्चरर म्हणून मला अपॉइंट केलय. मी उदयाच तिथे जॉईन होणार आहे.”

“जेनिफर मी काय म्हणतोय आपण दोघपण घोडावत कॉलेजमधे एम. टेकला ॲडमिशन टाकुया का?”

“ए नाही, तुम्ही दोघ चुकुनसुदधा तिथे ॲडमिशन टाकू नका. मी गेली तीन चार वर्ष तुम्हाला कसं सहन केलय हे माझ मला माहित. तुमच्या सोबत आणखी दोन वर्ष घालवायची म्हणजे..... मला नाही जमणार. बर तुम्ही no dues साठी आलाय ना? कुठे आहेत तुमचे फॉर्म?”

“मॅडम आम्ही no dues साठी आलेलो नाही.” जेनीफर म्हणाली.

“मग कशासाठी आलाय?”

कौस्तुभने मॅडमचा हात हातात घेतला आणि बोलायला सुरूवात केली.“ मॅडम मला तुम्ही आवडता. माझ प्रेम आहे तुमच्यावर.” मॅडमनी कौस्तुभचा हात झटकला.

“मुर्ख आहेस काय तु? मला प्रपोज करतोस? तुला मी तुझ्या वर्गातली मुलगी वाटले काय? अरे मुर्खा मी तुझ्यापेक्षा चार वर्षानी मोठी आहे.”

‘‘मॅडम तुम्ही भाईपेक्षा मोठ्या आहात किंवा तुम्ही आमच्या वर्गात होता किंवा नव्हता हा प्रश्नच इथे उदभवत नाही. त्याच तुमच्यावर मनापासून प्रेम आहे. हे तुम्ही लक्षात घ्या.’’ जेनिफर म्हणाली

‘‘त्याची लायकी तरी आहे का माझ्यावर प्रेम करायची? माझ Educational qualifiction तुला माहित नसेल तर मी सांगते M.teach in mechanical engineering आणि आता PHD साठी मी अप्लाय करणार आहे. आणि हा? साधी बी.ई करताना याच्या नाकी नऊ आले होते.’’

‘‘मॅडम आत्ता माझी परिस्थिती वाईट असेल पण मी पुढे जावून खूप मोठा बिझनेसमन होणार आहे. तुम्ही फक्त एकदा हो म्हणा मी तुम्हाला आयुष्यभर काहीही कमी पडून देणार नाही.’’?

‘‘How funny? अगोदर एक चांगला माणूस होवून दाखव. ह्या फर्नांडिसने सगळया शिक्षकांसमोर प्रतिज्ञा घेतली होती ती एका महिन्यात तुझ्यात सुधारणा घडवून आणेल आणि तु हिलाच बिघडवून टाकलस? तुझ्याबदल एक शिक्षक चांगला बोलत नाही.’’ मॅडमच्या मोठ्या आवाजामुळे तीन—चार शिक्षक तिथे गोळा झाले.

‘‘काय झाल मॅडम?’’ लोहार सर म्हणाले.

‘‘सर अहो बालीशपणा किती करायचा याला पण प्रमाण असत. हा कुमठेकर तिकडून आला आणि माझा डायरेक्ट हात पकडून मला म्हणाला मॅडम तुम्ही मला आवडता.’’

‘‘फर्नांडिस तुला कुमठेकरच हे वागणं पटतय का? उद्या तु एखादया कॉलेजवर लेक्चरर म्हणून गेलीस आणि तिथे एखादा मुलगा तुझ्यासोबत असा वागला तर तुला कस वाटेल सांग?’’ पाटणकर सर म्हणाले.

''नाही सर तुम्ही एवढया सौम्य भाषेत यांच्याशी बोलू नका. त्याचा काहीही उपयोग होणार नाही. कुमठेकर मॅडमची माफी माग.'' लोहार सरांनी कौस्तुभची कॉलर पकडली.

''सर कॉलर सोडा, मी माफी मागणार नाही कारण फक्त माझ्या मनातील भावना मॅडमजवळ व्यक्त केल्या आणि त्यात मला काहीही चुकीच वाटत नाही.''

''सर बघितल का अजुनसुदधा कसा गुर्मीत बोलतोय. मॅडमचा हात पकडलास आणि म्हणतोस मी काहीही चुकीच केलेल नाही?'' लोहार सर म्हणाले.

''सर त्याला एक कानाखाली लावून दया म्हणजे त्याला अक्कल येइल.'' पाटणकर सर म्हणाले आणि लोहार संरानी कौस्तुभला एक सणसणीत कानाखाली लगावली.

''बास मी आत्तापर्यंत खूप सहन केल पण आता माझा संयम संपला. उदया तुमचा सेवानिवृत्ती समारंभ आहे ना? तो मी होऊ देणार नाही कारण परवा तुमच रक्षाविसर्जन होणार. मी आजच तुमचा सगळा हिशोब चुकता करतो.'' कौस्तुभ म्हणाला.

''सर कुमठेकर मध्ये काही सुधारणा होणार नाही. हा वठणीवर येण्यासाठी याला धडा शिकवावाच लागेल मॅडम तुम्ही पोलिसात विनयभंगाची तक्रार दाखल करा. पोलिस याच काय करायच ते बघून घेतील.'' पाटणकर सर म्हणाले.

''कशाला सर केस? मॅडमपण आपल्याच आहेत आणि ही मुलपण आपलीच आहेत. हे बघ कुमठेकर तुझा इथला शेवटचा दिवस आहे

म्हणून आम्ही सहानभूतीपूर्वक विचार करतो आणि काही अॅक्शन घेत नाही. पण तु जर इथून पुढे मॅडमला त्रास दिलास किंवा या कॉलेजच्या आवारात फिरताना जरी दिसलास तर त्याचे गंभीर परिणाम होतील.'' पाटील सर म्हणाले.

कौस्तुभ एकदम भानावर आला. ते दोघेही अजुनही थेअरी ऑफ मशीन लॅबच्या बाहेर होते.''काय करूया भाई जावूया ना आत?''

''हम्म्म! जावूया आत पण फक्त सही घेवून बाहेर यायच ते प्रपोजच मला जमणार नाही.''

''पण का?''

''याचे परिणाम काय होतील तुला माहित आहे का? मॅडमनी विनयभंगाची केस दाखल केली तर?''

''भाई जगातली कुठलीच मुलगी मुलगा फक्त आय लव्ह यु! म्हणाला म्हणून पोलिस कंप्लेंट करणार नाही.''

''जेनी वाटल्यास मी तुझ्या पाया पडतो पण तु मला हे करायला सांगु नकोस. तु आजपर्यंत अस कुठ ऐकल आहेस का टीचर आणि स्टुडंटच प्रेम जुळल आणि पुढे त्यांनी लग्न केल.''

''हो अस झालय आणि आपल्याच कॉलेजवर झालय.''

''कुणाबददल बोलतेयस तु?''

''अर्शिफा बुऱ्हान मोमीन अणि रफिकमोहंम्मद चौधरी. civil engineering डिपार्टमेंट.''

‘‘ए बाळा मी विदयार्थीनी आणि शिक्षकाबदल नाही बोलत ग. मला म्हणायच आहे स्टुडंट आणि मॅडम यांच एखाद उदाहरण आहे का तुझ्याजवळ?’’

‘‘नाही अस एकही उदाहरण माझ्याजवळ नाही.’’

‘‘नाहीये ना. मग चुप बस.’’

‘‘मी चुप बसणार नाही. भाई कदाचीत तु आणि मॅडम पहिल उदाहरण होवू शकता. मी आहे ना तुझ्याबरोबर मग कशाल घाबरतोस? परत तुला रिग्रेट होइल भाई त्यादिवशी सगळ जुळून आल होत जेनीपण आपल्यासोबत होती पण आपण हिंमत दाखवली नाही. आणि तु जर आता हिंमत दाखवली नाहीस ना तर उदया एखादा चिरकुट मुलगा तुझ्यासमोर मॅडमला लग्न करून घेवून जाईल आणि तु रडत बसशील.’’

‘‘तुझ म्हणण पटतय मला पण समज मॅडम नाही म्हणाल्या तर? परत त्या आपल्या दोघांसोबतपण कायमच्या बोलायच्या बंद होतील.’’

‘‘बर त्या लग्नाला तयार नसतील तर आपण त्यांना फक्त फ्रेंडशिपसाठी विचारूया. भाई तु आता फार विचार करत बसू नकोस पाच वाजता कॉलेज सुटेल आणि परत मॅडम घरी जातील.’’

‘‘ठिक आहे. तु आज ठरवलच आहेस माझा कडेलोट करायचा होवुंदे तुझी इच्छा पुर्ण.’’ आणि दोघेपण थेअरी ऑफ मशीन लॅबमध्ये गेले.

तिथे गेल्यानंतर त्यांना अस कळाल मॅडम लायब्ररी मध्ये गेल्या आहेत. ते दोघेजण लायब्ररीकडे निघाले होते.‘‘ जेनी तु अजुनसुदधा विचार कर चुकुन जरी एखादया सरांना आपण सापडलो तर ते तेल लावून....’’

‘‘भाई, अशी भाषा वापरू नकोस ना. आपण आता इंजिनिअर झालोय ’’

‘‘ सॉरी, मला अस म्हणायचं होत सर एखादया शिक्षकाने बघीतल तर ते आपली बिन पाण्याने दाढी करतील.’’

‘‘ तु चल रे, जो होगा देखा जाएगा.’’

वर्षा पाटील मॅडम कपाटामध्ये रेफरन्स बुक शोधत होत्या. तिथे गेल्यानंतर कौस्तुभचे हात पाय कापायला लागले होते. छातीची धडधड वाढली होती.

‘‘ काय रे बाळांनो No dues साठी आलाय काय तुम्ही?

‘‘ नाही.’’ जेनिफर म्हणाली.

‘‘ नाही काय आपण No dues साठीच आलोय.’’ कौस्तुभ म्हणाला.

‘‘ ठिक आहे दया तुमचे फॉर्म मी सही करते. बर ते नव्हे मी तुमची class teacher होते. आणि तुम्ही वर्गातल्या बेंचची मोडतोड केली होती आणी प्रत्येकी तीनशे रूपये दंड लावला होता. वर्गातल्या सगळया मुलांनी पैसे दिले होते पण फक्त तुम्ही दोघांनीच पैसे दिले नव्हते. कधी देणार आहे?’’

‘‘ मॅडम असुंदे ना आता दीड वर्ष झाली त्या घटनेला’’ जेनीफर म्हणाली.

‘‘ अरे नाही मी माझ्या पगारातून तुमचे पैसे भरले होते. मी आता फक्त फर्नांडिसच्या फॉर्मवर सही करतेय. कौस्तुभ तुझा एल.सी काढायला येशील तेव्हा आठवणीने पैसे घेवून ये.’’ जेनिफरने फॉर्म बॅगमध्ये ठेवला. आणि कौस्तुभला तिने खुणावल मी दरवाजाजवळ उभी राहतेय आणि ती तिथून बाजूला गेली.

‘‘ अरे कौस्तुभ गेली काय ती? तिला विचारायच होत माझ्या subject मध्ये तिला किती मार्क्स पडले?’’

‘‘ तिला ६५/१००’’

‘‘ आणि तुला?’’

‘‘ मला ८७/१०० मार्क्स पडले’’

‘‘ अरे वा खूप छान. आणि बाकीच्या सर्व विषयांमध्ये पास झालास ना तु?’’

‘‘ हो झालो.’’ मॅडम मला तुमच्याशी काहीतरी महत्वाच बोलायच आहे’’

‘‘ हा बोल ना?’’

‘‘ नाही मॅडम. काहीही नाही. मी जातो.’’

‘‘ थांब कौस्तुभ. मी बऱ्याच वेळा नोटीस केलय तु अस म्हणतोस मला काहीतरी महत्वाच बोलायच आहे आणि काहीच बोलत नाहीस. तुला जे काही बोलायच आहे ते आत्ताच बोल कौस्तुभ.’’

‘‘ मॅडम तुम्ही प्लीज माझ्याबदल गैरसमज करून घेऊ नका. नाहीतर राहुदे परत तुमच माझ्याबदल मत वाईट होईल त्यापेक्षा काही न बोललेल चांगल.’’

'' कौस्तुभ तुला जे काही बोलायच आहे ते बिनधास्त बोल. मी नाही गैरसमज करून घेणार''

'' मॅडम मला तुम्ही..... मला तुम्ही आवडता मॅडम. माझ तुमच्यावर मनापासून प्रेम आहे. मी खूप म्हणजे खूप वेळा तुम्हाला हे सांगण्याचा प्रयत्न केला पण माझी हिंमतच झाली नाही. मला हे माहित आहे आपल्या नात्याच काहीच भवीतव्य नाही पण तरीही अस व्हायला नको आपण एका व्यक्तीवर मनापासून प्रेम केल आणि मनातल्या भावना व्यक्तच करू शकलो नाही म्हणून मी माझ्या प्रामाणिक भावना तुम्हाला सांगितल्या. माझ काही चुकत असेल तर मला माफ करा.'' मॅडमनी हातातल पुस्तक परत बुक शेल्फ मध्ये ठेवल.

'' कौस्तुभ तुला घाम बघ किती आलाय तु एक मिनीट थांब मी तुझ्यासाठी पाणी घेवून येते.''

'' हा मॅडम.'' काही क्षण असेच शांततेत निघून गेले.

'' कौस्तुभ हे एक चांगल आहे तु आधिपासूनच मनाची तयारी करून आला आहेस. पण मी काय सांगतेय ते तु ऐक आत्ता तुझ्या मनात जे काही चालू आहे ते प्रेम नाहीये बाळा ते एक शारिरीक आकर्षण आहे. आणि i can understand कारण मी सुध्दा या phase मधून कधीतरी गेलेय. हे वयच अस असत. पण ठराविक काळ गेल्यानंतर परिस्थिती बदलते. आणखी दहा पंधरा वर्षांनी मी आत्ता जशी दिसतेय त्यावेळी मी तशी नसेन माझ्या चेहऱ्यावर वय वाढल्याच्या खूणा येतील. कदाचीत माझ वजनसुदधा वाढलेल असेल त्यावेळी तुला वाटेल अरे! मी यांच्यावर प्रेम करत होतो? मला काय म्हणायच आहे ते लक्षात येतयं ना तुझ्या?''

'' हो येतय. पण तुम्ही प्लीज माझ्या प्रेमाला आकर्षणाच नाव देवू नका. मॅडम मला फक्त तुमचा चेहरा नाही तुमच मन, तुमचा चांगुलपणा, तुमचा आत्मविश्वास, तुमचा निर्भीडपणा, तुमच चारित्र तुमचा समजुतदारपणा, तुमच ज्ञान सगळया सगळया गोष्टी खुप आवडतात.

मी जेव्हा तुम्हाला पहिल्यांदा कॉलेजमध्ये बघीतल होत तेव्हा तुम्ही मला खूप आवडला होतात. पण मला जेव्हा तुमच्याबदल आणखीन माहिती मिळाली म्हणजे तुमचे आई बाबा दोघेही एका अपघातात वारले. तरीही तुम्ही खचला नाहीत तुम्ही पार्ट टाइम जॉब करत करत तुमच शिक्षण पुर्ण केलत. नंतर इथे नोकरी करत असताना लहान बहीणीला डॉक्टर केलत. नंतर तुम्ही मोठ्या असूनही त्यांच लग्न पहिल्यांदा लावून आई बापाच कर्तव्य पार पाडलत. हे मला कळाल्यानंतर तुम्ही मला खूप म्हणजे खूप आवडायला लागलात. मॅडम तुमच्यासारखी चांगली मुलगी या जगात शोधूनही सापडणार नाही. मी तुमच्याशिवाय जगण्याची कल्पनाच करू शकत नाही. हे आयुष्य मॅडम अगदी क्षणभंगुर आहे. वणव्यात जळून खाक झालेल्या जंगलाप्रमाणे माझ आयुष्य आहे तुम्ही जर माझी साथ दिलीत तर त्यात नदंणवन फुलेल. तुम्ही विचार करून निर्णय घ्या. अजुनही तुमचा नकारच असेल तर वाईट नक्कीच वाटेल पण परत कधीही तुमच्या वाटेत मी येणार नाही.''

'' कौस्तुभ आता तुला कस समजावून सांगु रे मी बाळा? हे बघ मला तुला hurt करायच नाहीये पण मी सांगतेय ते मन घट्ट करून ऐक माझी एंगेजमेंट झालीय आणि पुढच्या महिन्यात माझ लग्न आहे.'' कौस्तुभचे डोळे पाणावले एका क्षणात त्याच्या सगळया स्वप्नांचा चक्काचुर झाला

होता. पण तरीही त्याने स्वतःला सावरल आणि म्हणाला" काय करतात मॅडम तुमचे मिस्टर?"

" आय.आय.टी कानपुर मध्ये प्रोफेसर आहेत. स्वभावाने पण खूप चांगले आहेत मी त्यांना विचारल होत. जर लग्नानंतर मी लेक्चरशिप continue केली तर तुम्हाला चालेल का? ते म्हणाले कर मी तुझ्या करियरच्या आड कधीच येणार नाही."

" ठिक आहे मॅडम. तुमच चांगल व्हाव हीच माझ्याकडून सदीच्छा. पण समजा जर तुमची एंगेजमेंट ठरायच्या आधी जर का मी तुम्हाला प्रपोज केल असत तर तुम्ही मला होय म्हणाला असता?"

" नाही कौस्तुभ. मी तेव्हाही नाहीच म्हणाले असते."

" का एवढा वाईट आहे का मी?"

" प्रश्न चांगल्या किंवा वाईटाचा नाहीये रे. हे बघ समजा उद्या तुझ लग्न ठरवायच असेल तर बायोडाटा मध्ये फक्त मुलगा चांगला आहे असं लिहून चालेल का? कुठलीही मुलगी पहिल्यांदा हे बघते मुलाला चांगला जॉब आहे का किंवा त्याच पॅकेज काय आहे? कारण प्रत्येक मुलील हे वाटत माझ भविष्य future secure असाव.

तुझा प्रॉब्लेम काय आहे सांगु तु कुठलीच गोष्ट सिरीयसली घेत नाहीस. आपल्याला काहीतरी केल पाहिजे चांगला जॉब मिळवला पाहिजे याची जाणीव तुला कधी होणार आहे. प्रत्येकवेळा तूझ्या तोडांत हेच असत मी मोठा बिझनेसमन होणार आहे पण त्यासाठी जे कष्ट घ्यायला लागतील त्याची तयारी आहे का तुझी? जर मोठ व्हायच असेल तर तहान–भूक विसरून काम कराव लागत कौस्तुभ.

तु year down झालास ठिक आहे. मी समजु शकते कारण सिलॅबस खूप vast असतो. पण अरे दोन वेळा year down म्हणजे याचा अर्थ तु अगोदरच्या चुकांमधून काही शिकलाच नाहीस. आयुष्यातली किती वर्ष वाया घालवलीस याचा कधी विचार केला आहेस का तु? मला वाईट कशाच वाटतय तुला सांगु तुझ्यामध्ये खुप potential आहे पण तु करत काहीच नाहीस. मी तुझ्या भल्यासाठीच सांगतेय अजुनसुदधा वेळ गेलेली नाही एम.टेकला ॲडमिशन टाक चांगल्या ग्रेड मिळव. तुला चांगला जॉब भेटेल. नसेल तर दोन वर्ष चांगला अभ्यास करून competitive exam दे. Government officer झालास तर तुला माझ्यापेक्षा चांगली मुलगी भेटेल.''

'' मॅडम मी तुम्हाला शब्द देतो मी आत्ता या क्षणापासून माझ्यात बदल करेन पण मॅडम मला इथून पुढे काही अडचण आली तर पाठीशी खंबीरपणे उभी राहणारी मैत्रीण मला हवीय. तुम्ही माझ्यारोबर फक्त मैत्री कराल का. मी तुमची पर्सनल लाइफ डिस्टर्ब होईल अस कधीही वागणार नाही.''

'' कौस्तुभ तु मला सांग जर पायात साखळी असेल तर आपल्याला धावता येईल का? नाही ना? मला तुझ्या पायातली साखळी नाही बनायच कौस्तुभ. तुला यशस्वी व्हायच असेल तर दोन वर्ष खूप मेहनत करावी लागेल आणि मी जोपर्यंत तुझ्या आयुष्यात आहे तोपर्यंत तु काहीच करू शकणार नाहीस. त्यामुळे प्लीज तु समजून घे. पण मी तुला शब्द देते तुला आयुष्यात कसलीही समस्या येवुंदे मग ती पैशांची असुदे किंवा इतर कोणतीही असुंदे तु माझ्याजवळ ये मी तुला कधीच नाही म्हणणार नाही.'' तेवढयात तिथे शिपाई आला '' मॅडम तुम्हाला देशमुख मॅडम बोलवायला लागलेत.''

‘‘ हो त्यांना सांगा मी पाच मिनींटात येते. कौस्तुभ मला आता जाव लागेल.’’

‘‘मॅडम फक्त आजच्या दिवस मी तुम्हाला बस स्टॅडपर्यंत सोडायला आलो तर चालेल का? फक्त आजच्या दिवस?’’

‘‘ ठिक आहे मी देशमुख मॅडमना तसं सांगुन येते.’’ मॅडम लायब्ररीमधून बाहेर गेल्या. जेनिफरने कौस्तुभला विचारल ‘‘ भाई काय झाल काय म्हणाल्या sister in law’’

‘‘नाही म्हणाल्या’’

‘‘ तु थांब इथे मी मॅडमशी बोलते’’

‘‘ आता सगळ संपलय हे तु accept कर जेनी. जे काही बोलायच ते आम्ही बोललोय आता तु आणखीन नवीन काय बोलणार आहेस?’’

‘‘ मी त्यांना सगळ खर सांगुन टाकणार आहे.’’

‘‘ नाही जेनी तु मॅडमला काहीही सांगणार नाहीस तुला माझी शप्पथ आहे.’’

‘‘ पण भाई?’’

‘‘ मी मॅडमला सोडायला बस स्टॅन्डवर निघालोय. आपण भेटु संध्याकाळी. तु जा लोहार सरांची सही घेवून ये.’’

दुपारचे साडेतीन वाजले होते. बस स्टॅंडवर आज नेहमीसारखी गर्दी नव्हती. सगळीकडे निरव शांतता पसरली होती. बस यायला अजुन अर्धा तास वेळ होता. कौस्तुभ आणि वर्षा पाटील मॅडम एकमेंकापासून थोडसं अंतर ठेवून बसले होते. मॅडमची बस यायला अजुन पंधरा—वीस मिनीटे अवकाश होता.

'' कौस्तुभ तु माझ्या लेक्चरला १००% प्रेझेंट राहत होतास. आणि एखादेवेळी तु जर वर्गात दिसला नाहीस ना तर मला चुकल्या चुकल्या सारख व्हायच.''

''मी रोज न चुकता का हजर राहत होतो हे तुम्हाला आज लक्षात आल असेल.''

''हम्म्म! कौस्तुभ मी मघाशी तुला खुप काही बोलले पण ते तुझ्या भल्यासाठीच होत हे तु लक्षात घे. तु थोडा आगाऊ आहेस पण तितकाच चांगलाही आहेस. स्वभावाने गोड, प्रेमळ, मनमिळाऊ आणि निष्पापसुदधा मला सतत अस वाटायच तुझ चांगल व्हावं. आणि मला खात्री आहे. एक दिवस तु मोठा माणूस होशील आणि खुप नाव कमावशील.''

'' मॅडम मी मोठा होईन पण माझ्या पुढच्या प्रवासात मी जिच्यावर जीवापाड प्रेम करत होतो ती व्यक्तीच माझ्याबरोबर नसेल तर काय अर्थ आहे त्या मोठेपणाला.''

'' कौस्तुभ हे बघ एक मुलगी नाही म्हणाली म्हणून आयुष्य संपल असं होत नाही. एखाद्या व्यक्तीवर मनापासून प्रेम केल्यानंतर परत त्या व्यक्तीला विसरून जाण हे किती अवघड असत हे मी अनुभवलय. मी पण कॉलेजला असताना एका सिनीयरच्या प्रेमात होते. पण मी Third year

ला असताना त्याच लग्न झाल. मला सुध्दा त्यावेळी खुप त्रास झाला होता. पण नंतर मी स्वत:ला अभ्यासात इतक गुतंवुन घेतल मला स्वत:चाच विसर पडला. कौस्तुभ तु पण स्वत:ला एखाद्या चांगल्या कामात गुतंवून ठेव म्हणजे तुला माझी आठवण येणार नाही. कौस्तुभ तु जर माझ्यामुळे डिप्रेशन मध्ये गेलास आणि तुझ आयुष्य उध्वस्त झाल तर ते मला नाही सहन होणार.''

'' हो मॅडम मला यातून सावरायला थोडा वेळ लागेल पण मी पुन्हा एकदा नव्याने सुरूवात करेन. आणि यावेळी अगदी मनापासून प्रयत्न करेन.''

'' व्हेरी गुड, तु मला तुझ्या घरचा नंबर दे मी अधून–मधून फोन करून तुझी चौकशी करत राहणार. आणि प्रत्येक वेळी मला तुझ्याबदल चांगली बातमी ऐकायला मिळाली पाहिजे.'' कौस्तुभने आईच व्हिजीटींग कार्ड मॅडमजवळ दिल.

'' बर कौस्तुभ मला आता निघाव लागेल माझी बस आली. तु काळजी घे स्वत:ची.''

'' मॅडम तुमची एखादी वस्तु मला द्या ना. तेवढीच तुमची आठवण राहील माझ्याजवळ.'' मॅडमनी हातातल घडयाळ काढून कौस्तुभला दिल. बस जोपर्यंत हलत नाही तोपर्यंत कौस्तुभ खिडकीत बसलेल्या मॅडमकडे एकटक पाहत होता. त्यांच ते निरागस सौंदर्य आपल्या डोळ्यात साठवत होता. त्याला आतुन असं वाटत होत ही घटिका पुढे सरकुच नये. सगळ आहे अस जिथल्या तिथे थांबाव. पण बस थांबली आणि कौस्तुभने बराच वेळ रोखून धरलेला अश्रुंचा बांध तुटला.

जेनिफर कॅन्टीनमध्ये एकटीच बसली होती. अर्ध्या तासात तिने तीन वेळा कॉफी घेतली होती. पण तरीही तिच डोक शांत होत नव्हत. तिने आणखीन एकदा कॉफीची ऑर्डर दिली. मॅडम हो म्हणतील हे तिने गृहीत धरल होत. पण मॅडम नाही म्हणाल्या तर पुढे काय याचा तिने विचारच केला नव्हता. कौस्तुभ खूप हळवा आहे आणि या सगळयातुन बाहेर पडण त्याच्यासाठी खुप अवघड जाणार हे तिला माहित होत आणि ती खूप अस्वस्थ झाली होती.

‘‘ फर्नांडीस.’’ मागुन कोणीतरी हाक मारली. तिने मागे वळून बघीतल. तिच्या वर्गातली double YD गॅग कॉलेजवर आली होती.

‘‘ अरे काय मग भाई लोग? कसे आहात तुम्ही आणि रिझल्ट काय लागला सगळयांचा? पास झालात ना सगळे?’’

‘‘ होय आम्ही सगळे पास झालो पण धनुदिदीचा refrigeration and air conditioning राहीला’’

धनुदिदी म्हणजे कोणी मुलगी नव्हती. आकाश नलवडे त्याला एम.टेकची धनश्री सुतार आवडायची. आणि त्यांच्या ग्रुप मधल्या कोणी जर तिला धनश्री म्हणुन हाक मारली तर ते त्याला आवडायच नाही. तो म्हणायचा तिला धनुदिदी म्हणत जावा. मग कौस्तुभने आकाशचच नाव धनुदिदी पाडल.

‘‘ काय अग धनुदिदे? कायम all clear आणि last sem ला घोटाळा केलास?’’ जेनिफर म्हणाली.

‘‘ बर धनुदिदीचा विषय सोड आम्हाला तुझ्याकडुन पार्टी पाहिजे.’’ गौरव म्हणाला.

“ ठिक आहे बसा मी समोसे ऑर्डर करते.”

“ नको हिथल दहा रूपयांच समोस आम्हाला नको. समोश्यांबर हिरवी चटणीसुदधा देत नायती. खाली स्वीट मार्ट मधन समोस आण आणि बरोबर कोक पण घेवून य. आणि कौस्त्या कुठाय आम्ही तेच्याकडन मोठी पार्टी घेणाराय.”

“ भाई आला होता कॉलेजवर पण आता थोडया वेळापुर्वी घरी गेलाय.”

“ त्याला फोन करून बोलवून घे.” आकाश म्हणाला.

“ नका करू आता फोन भाई फोन उचलणार नाही.”

“ तेचा बा सुदधा फोन उचलल. लाव तेला फोन आणि लाऊडस्पीकरवर टाक.”

कौस्तुभ घरी आला तेव्हा त्याने खिशातल वॉलेट आणि मोबाईल फोन किचनकट्टयावर ठेवला आणि तो वॉशरूममध्ये गेला. फोनची रिंग वाजल्याबरोबर त्याच्या वडीलांनी फोन उचलला आणि ते काही बोलण्याअगोदर गौरवने सुरूवात केली.

“ राजारामा..ऽऽ ए राजारामा.....ऽऽ कुठायस र तु?”

“ कोण पाहिजे तुम्हाला कौस्तुभशी बोलायच आहे काय?” तो आवाज ऐकुन गौरव एकदम बावचळला आणि बाकीच्यांनी तोंड दाबुन धरून हसायला सुरूवात केली.

“ तुम्ही कौस्त्याच सॉरी कौस्तुभच वडील बोलताय काय? एक मिनीट फोन देता का तेला.”

“ हो देतो.”

‘‘ ए कौस्त्या काय लका फोन कुटबी ठेवून झोपत जावू नगस लका आत्ता लय मोठा घोळ झाला असता. आणि आपली सगळी Double YD गॅग कॉलेजवर आल्या तु पण य कॉलेजवर.’’

कौस्तुभ कॉलेजवर आला होता त्याला स्वीट मार्ट मध्ये जेनी दिसल्यावर त्याने गाडी थांबवली.‘‘ जेनी हे काय, एवढे समोसे कुणासाठी?’’

‘‘ अरे भाई आपल्या पोरांनी पार्टी मागितली एका मिनीटात पाचशे रूपयांचा चुना लागला.’’

‘‘ असुंदे जेनी आज कॉलेजचा शेवटचा दिवस आहे त्यांनापण वाटणार ना एन्जॉय करूया. चल मी देतो पैसे.’’

‘‘ ओ भाई फक्त समोसे खाऊन त्यांच भागणार नाही ते म्हणतायेत आज रात्री तुझ्याकडून ग्रॅन्ड पार्टी घ्यायची. तु अस काहीतरी सांग माझे रिलेटिव्ह अचानक आजारी पडले आणि आय.सी.यु मध्ये आहेत आणि इथून कल्टी मार.’’

‘‘ जेनी असुंदे यार हजार दोन हजार रूपयांचा प्रश्न आहे कशाला त्यांना नाराज करायच. ते परत आपल्याला भेटणार आहेत का?’’

‘‘ नाही मी पैशासाठी म्हणत नव्हते. तुझा मुड ऑफ आहे म्हणून मला अस वाटल पार्टी नको.’’

‘‘ वो बात छोड. लोहार सरांची सही घेतलीस का?’’

“ नाही भाई. मी तिथे गेलेच नाही. मी पण अरे एकदम नर्व्हस झालेय. मला सारख अस वाटतय तु तयार नव्हतास पण मी तुला pressurise केल.”

“ जेनी असूंदे सगळ जग जरी माझ्या विरोधात गेल तरी मला त्याची पर्वा नाही तु आहेस ना माझ्यासोबत its enough for me. तो फॉर्म दे माझ्याकडे मी लोहार संराची सही घेतो आणि तुझ्या अ‍ॅड्रेसवर हा फॉर्म कुरियर करतो.”

“ हा भाई. ”

“ ए दोघपण इकडे या.” मागुन लोहार सरांनी त्यांना हाक मारली. “ मी तुम्हाला दोघांनापण सांगितल होत तूम्ही चार वाजेपर्यंत ऑफिसमध्ये या. पण एकजणसुदधा तिकडे फिरकला नाही. किती हा निष्काळजीपणा? फर्नांडिंस आण इकडे तुझा फॉर्म सही करतो. आणि उद्या कार्यक्रम झाल्यांनतर सहा वाजेपर्यंत मी कॉलेजवर थांबणार आहे. कुणाला जर अर्जंट सही लागणार असली तर मला भेटायला सांगा. कुमठेकर तुझ्या ओळखीची मुले असतील त्यांना सगळयांना फोन कर.”

“ हो सर.”

“ बर आता तुम्ही नोकरीसाठी कुठेतरी पुणे, मुंबई, दिल्ली किंवा बेंगलोरमध्ये असणार आणि मी इथे गावाकडे. आपली परत भेट होणार नाही. पण चुकुन कुठे भेटलो तर शिव्या देऊ नका म्हणजे झाल.”

“ नाही सर आम्ही कशाला तुम्हाला शिव्या देऊ?” जेनिफर म्हणाली.

“ शिव्या नाही देणार मग काय करणार? हात पाय तोडणार? का मारून डायरेक्ट ढगात पाठवणार.”

“ नाही सर काहीही काय बोलताय?” कौस्तुभ म्हणाला.

“ बर चहा घ्यायचा काय?”

“ सर तुम्ही चक्क आम्हाला चहासाठी विचारताय?” जेनिफर म्हणाली.

“ आम्हाला म्हणजे आंतकवादी आहात काय? फर्नांडिस बस माझ्या गाडीवर कुमठेकर तु ये कोपऱ्यावरील दुकानात.”

चहा पित असताना मध्येच लोहार सर थांबले त्यांनी चहाचा कप खाली ठेवला आणि बोलायला सुरूवात केली, “ फर्नांडिस तुमच्या दोघांमध्ये मैत्री आहे तुमच्या दोघांचा एकमेकांवर जीव आहे ही गोष्ट चांगली आहे. पण काय आहे मैत्रीमध्ये एकमेकांचा उध्दार करायचा असतो. आपल्या मित्राच चांगल कस होइल याचा विचार करायचा असतो. भाई year down झाला म्हणुन मी पण year down होणार असल्या मैत्रीचा काही उपयोग नाही.”

“ हो सर.”

“ आणि कुमठेकर तुम्ही आत्तापर्यंत खूप मौज—मजा केली. आता काहीतरी कमवायच बघा. कुमठेकर मुलांच्या घरी वीज नसते, खायला अन्न नसत, घरची परिस्थिती हलाखीची असते ती मुल प्रचंड मेहनत करून जिल्हाधिकारी होतात, शास्त्रज्ञ होतात, शिक्षक ,बॅंक मॅनेजर न्यायाधीश, पोलीस होतात. आणि आपल्याला आई—बापाने सगळ दिल घडयाळ दिल, चांगला फोन घेवून दिला, टु व्हीलर दिली, एका विषयांची तीन तीन पुस्तक दिली, एक्स्ट्रा क्लासेस लावले आणि त्याबदल्यात आपण त्यांना काय दिल याचा कधी विचार केलाय का तुम्ही?

ठिक आहे आत्तापर्यंत जे काही झाल ते आपण बदलू शकत नाही पण इथून पुढे तरी शहाण्यासारख वागा. फार काही रांहुदे मी आणि चार—सहा महिन्यांनी तुमची चौकशी करेन तेव्हा मला हे ऐकायला मिळाल पाहिजे. कुमठेकरच लग्न झालय. तो कुठेतरी कामाधंद्याला लागलाय. तो आता सगळा घरखर्च स्वतः बघतो. किमान एवढ तरी तुम्हाला जमेल ना कुमठेकर?''

'' सर मी तुम्हाला वचन देतो मी तुमचा अपेक्षाभंग करणार नाही. आणि मी आयुष्यात असं काहीतरी करून दाखवेन ज्यामुळे तुम्हाला माझा अभिमान वाटेल.'' कौस्तुभ म्हणाला.

ते तिघेजण तिथून बाहेर आले. सर गाडीला किक मारून निघण्याच्या तयारीत होते. कौस्तुभने त्यांना थांबवल '' सर एक मिनीट थांबा मी तुमच्यासाठी स्टेशनरीतुन एक चांगला पेन आणतो.''

'' राहूंदे कुमठेकर. मी आज तुझ्याकडुन काहीही घेणार नाही. तुझा पहिला पगार येईल तेव्हा माझ्यासाठी एक चांगला फाउंटन पेन घेवून ये.''

'' हो सर.''

'' सर तुम्हाला आमच्यासारखे नमुने याआधी कधीच भेटले नसतील ना?'' जेनीफरने विचारल.

'' नाही भेटतात ना दरवर्षी भेटतात. आणि हुशार मुलांपेक्षा असले नमुनेच जास्त लक्षात राहतात. मी बऱ्याच जणांना जेरीस आणल पण एका मुलापुढे मी हात टेकले तो मुलगा म्हणजे कुमठेकर.''

''सर खरच मी तुम्हाला खूप त्रास दिला. आणि त्याबदल मी तुमची मनापासून माफी मागतो.'' ''

'' असुंदे रे. चालायच. माझा आवडता विद्यार्थी आहेस तु.''

'' भाई तुमचा सगळयात आवडता विदयार्थी. काहीही बोलू नका सर.''

'' नाही मी काहीही बोलत नाही मी खरच बोलतोय आमच्यात कितीही मतभेद असुदेंत मला जेव्हा जेव्हा त्याच्या मदतीची गरज पडेल तेव्हा त्याने मनात काही न ठेवता माझी मदत केली. ठिक आहे उद्याच्या कार्यक्रमाला दोघांनीपण यायच आणि जेवल्याशिवाय जायच नाही.''

'' सर आम्हाला एकदा ओरडा ना'' जेनीफर म्हणाली.

'' अरे नाही रे विनाकारण कशाला ओरडू त्यावेळी तुम्ही काहीतरी वात्रटपणा करत होता म्हणून मी तुम्हाला ओरडत होतो.''

'' सर प्लीज सर, फक्त एकदा शेवटच.'' कौस्तुभ म्हणाला.

'' ठिक आहे. कुमठेकर आणि फर्नांडिस तुम्ही दोघपण अतीशय नालायक आहे. आई–बापाने इंजिनिअरींगला घालुन अतीशय मोठी चुक केलीय.तुमच्या दोघांचा काही उपयोग नाही. तुम्ही कॉलेज सोडा आणि चार म्हशी बाळगा निदान त्यातुन थोडे पैसे तरी मिळतील.'' सरांनी कौस्तुभच्या पाठीत हळुवारपणे एक गुद्दा घातला. जेनीफरच्या डोक्यावर त्यांनी मायेन हात फिरवला आणि ते निघून गेले.

'' भाई आपण माणूस जज करायला चुकलो यार सर इतके पण वाईट नव्हते जितके आपण समजत होतो. infact ते वाईट नव्हतेच.''

'' हो यार आपण त्यांना इतका मनस्ताप दिला तरी त्यांना असं वाटतय आपल चांगल व्हाव. मला ना आता खूप वाईट वाटायला लागलय. जेनी

अशी एखादी मशीन असायला हवी होती ना ज्यांत past मध्ये जावुन आपल्याकडुन झालेल्या चुका सुधारायला येतील.''

'' हो भाई. once again sorry लोहार सर. चल कॉलेजवर जावून एल.सी मिळतोय का बघूया.''

कौस्तुभ कॉलेजवर येताच सगळया मुलांनी एकसुरात जयघोष चालू केला.

‘कॉलेजमधील सगळयात जेष्ठ विद्यार्थी,

तात्यासाहेब कोरे कॉलेज ऑफ इंजिनिअरींग कॉलेजचे आधारस्तंभ,

प्रोफेसर एम.आर लोहार यांचे लाडके आणि सगळयात आवडते विद्यार्थी,

सारे भारतीय माझे बांधव आहेत हे वाक्य जरा जास्तच मनावर घेणारे सगळया कॉलेजमधल्या मुली ज्यांना भाई म्हणून हाक मारतात असे दोन वेळा year down झालेले आमचे कौस्तुभ राजाराम कुमठेकर यांच स्वागत आहे.’’

‘‘ आर कुणालाच वाटत नव्हत आमचा भाई इंजिनिअर होइल. सगळी म्हणत होती त्याला जमणार नाय त्यो कॉलेज सोडणार पण भाईन लेट पण थेट करून दाखवल.’’ मनीष म्हणाला.

‘‘ धन्यवाद मित्रांनो, पण हे जे काही यश आहे ते माझ एकट्याच नाही. त्यात तुमच पण खूप मोठ योगदान आहे. तुम्ही मला सबमिशनच्या वेळी मदत केलीत. वर्गात एखादा टॉपीक नाही समजला तर तुम्ही ग्रुप स्टडीच्या वेळी मला अगदी सोप्या भाषेत समजावून सांगत होता. एवढच नाही काही जण माझ्यासाठी शिक्षकांबरोबर भांडले. माझ्या वाईट काळात तुम्हीच माझ्या पाठीशी होता. तुम्ही बरोबर होता म्हणून मला ही लढाई जिंकता आली. मित्रांनो मी तुमचा खूप खूप आभारी आहे.’’

‘‘ बर भाई तुझ्या फादरन काय शिव्या दिल्या नाहीत नवका?’’

‘‘ नाही फक्त म्हणले एकमेकांना वडीलांच्या नावाने हाका मारता तुम्हाला शोभत काय हे? जरा व्यवस्थित वागा आर्टस, कॉमर्स कॉलेजला नाही

तुम्ही. अस म्हणाले.'' आकाश नलवडे सगळयांपासून दूर शुन्यात नजर लावून बसला होता.

'' अरे धनुदिदीला काय झाल?''

'' धनुदिदी हांडगा विषय घालवुन बसल्या. Refrigeration conditioning & air गेला तिचा.'' कौस्तुभ आकाशजवळ गेला.

'' धनुदिदे नाराज नको ना होऊस. फक्त एक विषय गेलाय winter examला काढायला येईल.''

'' भाई मला विषय गेला त्याच वाईट नाही वाटत चुकीच्या वेळी माझा विषय गेला अरे मागच्या सेम ला जर विषय राहीला असता ना तर काय पण करून या सेमला विषय काढला असता आणि एम.टेकला ॲडमिशन टाकल असत. पण आता विनाकारण एक वर्ष वाया गेल.''

'' अरे अस कस वर्ष वाया जाईल फोटोकॉपी मागव ना फोटोकॉपी विषय सुटतात. मुलाचे last year ला तेरा—तेरा मार्क वाढलेत. इकडे पेपर रिचेकिंगला द्यायचा आणि तिकडे प्रोव्हिजनल ॲडमिशन टाकायच. तिकडे तिसरा चौथा राउंड चालू व्हायच्या आत इकडे रिझल्ट लागतोय.''

'' नाही भाई मी आपल्या इथे एम. आर लोहार सर सगळयात अनुभवी आहेत मी त्यांना विचारलय ते म्हणाले प्रोव्हीजनल ॲडमिशन जरी टाकायच असेल असेल तरी सगळ्या विषयांमध्ये पास व्हायला लागत. आता तु प्लीज अस म्हणू नकोस त्याला काय कळतय?''

'' अरे यार शऽऽऽट.'' कौस्तुभने डोक्याला हात लावला.

‘‘ ए धनुदिदे पाच–पाच विषय जावून सुदधा निवांत राहणारी मुल हायती आपल्या कॉलेजवर. एक उदाहरण तुझ्या पुढच हाय आणि तु एक विषय गेला म्हणून रडत्यास वी? अग थु तुझ्या जिंदगीवर.’’ गौरव म्हणाला.

‘‘ ए ती नव्ह फर्नांडिसच MNC मध्ये सिलेक्शन झालय. कौस्त्याकडन आज आणि तिच्याकडन उद्या पार्टी घ्याची.’’ मनीष म्हणाला.

‘‘ अरे हे समोसे तिनेच दिले ना? आणि कसली पार्टी?’’ कौस्तुभ म्हणाला.

‘‘ कौस्त्या लका साडेपाचलाखाच पॅकेज मिळालय तिला. आणि नुसत्या समोश्यांवर भागवणार वी? ती एल.सी काढुन आली की मी तिला सांगणाराय आम्हाला उदया तुझ्याकडन ग्रॅन्ड पार्टी पाहिजे’’

‘‘ हे बघ माझ ऐका तिला तिथे दोन तीन महीने होवूंदेत मग आपण सगळी बॅच पार्टी करूया. तिथे जॉब लागण अवघड नाही पण टिकण खूप अवघड असत. ते साडेपाच लाख रूपये तुम्हाला देणार म्हणजे तेवढ कामाच प्रेशर पण असणार. तिथ वीकली टार्गेट असतात ती कंम्पलीट करायला लागतात. MNC मध्ये जॉब करण म्हणजे काही सुखाच नाही. उद्या तुम्ही कंपनीत गेल्यावर कळेल.’’कौस्तुभ म्हणाला.

‘‘ बघा भावान लगीच बहिणीची बाजू घेतली’’ गौरव म्हणाला.

‘‘ कौस्तुभ म्हणतोय ते पण बरोबर आहे. MNC मध्ये टिकायच असेल तर flexibility पाहिजे तरच तुम्ही survive करू शकता.’’ आकाश म्हणाला.

‘‘ flexibility म्हणजे काय रे?’’ मनीषने विचारल.

“ flexibility म्हणजे......” कौस्तुभला flexibility शब्दाचा अर्थ कळत होता पण explain करून सांगता येत नव्हत.

“ मी सांगु का flexibility म्हणजे काय?” गौरव म्हणाला.

“ हा प्लीज सांग.”

“ flexibility म्हणजे आपल्या बॉसच्या समोर वाकणं आणि मारून घेण.”

“ ए घाणेरड्या.”

“ मारून घेण म्हणजे पाठीवर मारून घेण रं. तुला काय वाटल? आणि असुंदे कौस्त्या मी निदान त्या शब्दाचा अर्थ तरी सांगितला. नाहीतर तुम्ही दिवसभर flexibility flexibility करत बसला असता.”

“ अरे पण तु आता जे काही बोललास त्याला flexibility म्हणत नाहीत. flexibilityम्हणजे आता समज तु बॅकेत आहेस. आणि तु कॅश कांऊटर सांभाळतोयस. तु वेळ पडली तर लोन डिपार्टमेंट पण सांभाळू शकतोस किंवा डेबीट कार्ड क्रेडीट कार्ड डिपार्टमेंटपण तु सांभाळू शकतोस तर त्याला म्हणायच तु flexible आहेस. तु मघाशी जे म्हणालास ती झाली चाटुगिरी. ती पण extreme level ची”

“ आता चाटुगिरी ही चाटुगिरी असत्या त्यात आणि वरची खालची असल प्रकार असतेत काय?” गौरवने विचारल.

“समज आता बायकोने नवऱ्याच्या पाकीटातले शंभर रूपये चोरले तर तो झाला विश्वासघात आणि समज बायकोच जर नवऱ्याला थांगपत्ता लागु न देता बाहेर तिच कोणासोबत चालू असेल तर तो पण विश्वासघातच झाला. पण हा विश्वासघात आणि तो विश्वासघात यात फरक आहे.

तसच तु म्हणलास ना वाकून मारून घेणे ती झाली extreme level ची चाटुगिरी.''

'' कौस्त्या आता तु एम.आर लोहार संराचा विद्यार्थी शोभलास. ती पण प्रत्येक गोष्ट अशीच explain करायच. तुला मार्क किती पडली तेच्या विषयांत.''

''४२''

'' आर आर लायकी काढलीस.''

'' आर तेला वर्षा पाटील मॅडमच्या विषयांत किती मार्क पडली विचारा की ८७ मार्क पडलेती. तीनी डिवीजन मधला टॉपर हाय कौस्त्या. पण काय करायच एक चांगली प्रेमकहाणी अधुरी राहीली.'' मनीष म्हणाला.

'' म्हणजे तुम्हाला माहित होत हे?'' कौस्तुभ म्हणाला.

'' मग काय. ए वर्षा पाटील मॅडमच्या तासाला दंगा करत जावू नका ना रे. ए त्यांना त्रास देत जावू नका ना रे. मॅडम चार दिवस झाल कॉलेजला आल्या नाहीत आजारी असतील का रे? मग सगळया गावाला माहित हुणारच की.''गौरव म्हणाला.

'' काय लका कौस्त्या कॉलेजवर ढिगभर पोरी असताना मॅडमच्या माग लागलयस?'' मनीष म्हणाला.

'' नाही मनीष तुला कळत नाही. मॅडम एकदा वर्गात शिकवत होत्या कायम मोठ ध्येय डोळ्यासमोर ठेवाव. कौस्तुभने मग मोठ ध्येय या शब्दाचा चुकीचा अर्थ घेतला आणि तो मुलींच्या मागे न लागता मॅडमच्या माग लागला. '' आकाश म्हणाला. तिथे जेनिफर आली.

‘‘काय झाल खुपच चेष्टा मस्करी चालू आहे.’’ जेनीफर म्हणाली.

‘‘ जेनी एल.सी मिळाला का?’’ कौस्तुभने विचारल.

‘‘ हो मिळाला.’’

‘‘ बर माझी एक फाइल सापडत नाहीये मी जरा रूमवर जावून शोधते. आपण भेटुया संध्याकाळी पण कुठे भेटायच काय ठरलय काय.?’’

‘‘ हॉटेल ग्रॅन्ड पॅलेस.’’

‘‘ ओक्के बरोबर सात वाजता हॉटेल ग्रॅन्ड पॅलेस. ठिक आहे. मी येते बाय.’’

रात्री आठ वाजता सगळेजण हॉटेल ग्रॅन्ड पॅलेसमध्ये जमले. तिथे मुलांची एकमेकांबरोबर चेष्टा मस्करी चालली होती. जुन्या आठवणी निघत होत्या. पण कौस्तुभ मात्र एकदम शांत होता. त्याच्या घशाखाली घास उतरत नव्हता. जेनीफर त्याच्या समोरच बसली होती. कौस्तुभकडे बघून तिला जाणवल तो अजुनही उदास आहे. खूप प्रयत्न करूनही पण त्याला आपल्या नजरेतली वेदना, दुखः, हताशा लपवता आली नाही.

''अरे मित्रांनो मला spicy food चालत नाही. छातीत जळजळायला लागलय मी उठतो. तुम्ही प्लीज continue करा.'' कौस्तुभ म्हणाला.

'' मी एका मिनीटात येते.'' अस बोलून जेनी पण तिथून बाहेर गेली. कौस्तुभ गाडीच्या बोनेटला टेकून उभा राहीला होता. त्याची नजर आकाशातल्या चांदण्याकडे होती.

'' भाई मला तुझ्याबरोबर detail मध्ये बोलायच होत. पण दुपारी वेळच मिळाला नाही. मॅडम आणखी काय म्हणत होत्या.''

'' काही नाही ग. चांगला जॉब मिळव. चांगला वाग. मोठा हो.'' तो काही वेळ थांबला.

'' जेनी पण का मोठ व्हायच कशासाठी? मला नाही मोठ व्हायचं. मला मरण्याअगोदर आणखीन एकदा आपण कॉलेज मध्ये जे लाइफ जगलोय ना ते परत एकदा जगायच आहे. किती छान दिवस होते ना ते जेनी. त्यावेळी हे आपल्याल कधी जाणवल सुदधा नाही हे सगळ एक ना एक दिवस संपणार आहे. आणी आपल्याला कॉलेज संपल्यानंतर एका नवीन दुनीयेत वावराव लागणार आहे.''

‘‘ हो भाई, मला तर कॉलेजला असताना सारख अस वाटायच कधी एकदा कॉलेज संपतय. पण शेवटच्या पेपरच्या वेळी माझ्या लक्षात आल ना हा आपला इथला शेवटचा दिवस होता आणि उद्यापासून आपल कॉलेज बंद. आता आपण student म्हणून कधीच इथे येणार नाही. मला खुप वाईट वाटल होत भाई मी खुप वेळ रूम मध्ये बसून एकटीच रडले होते.’’

‘‘ जेनी हे असं का होत? आपले सुखाचे, आंनदाचे दिवस लवकर का संपतात? मोबाईल गेम मध्ये जस एक pause बटन असत तस आपल्या आयुष्यात पण एखाद pause बटण असायला हव होत ना यार. मी सगळ जागच्या जागी थांबवल असत. आपण रोज कॉलेजमध्ये येतोय मस्ती करतोय, एकमेकांशी गप्पा मारतोय. मी वर्षा पाटील मॅडमच्या मागेमागे करतोय. हे जर असच चालू राहील असत तर मग कुठेही मॅडमच्या लग्नाचा विषयपण मधे आला नसता. आपण सगळेच आनंदात राहीलो असतो.’’

‘‘ भाई life is journey not a destination आयुष्य हे पुढे जात राहणार. नवीन माणस भेटणार त्यांच्यासोबत नवीन आठवणी जोडल्या जाणार. आयुष्यातल प्रत्येक वळण एक नवीन जबाबदारी घेवून येणार. काही संकटसुध्दा येणार आणि आपल्याला त्यांना तोंड द्याव लागणार. या सगळ्या प्रवासात आपली साथ देणारा, आपली सुखः दुख वाटून घेणारा एक मित्र कायम आपल्यासोबत असला पाहीजे. आणि मी कायम तुझ्यासोबत आहे तु कधीच स्वत:ला एकटा समजु नकोस.’’

‘‘ जेनी तुला बघीतल ना मला कायम अस वाटत देवाला माझी दया आली असेल आणि त्याने ठरवल असेल याच्या आयुष्यात अशी एखादी

व्यक्ती पाठवुया जी याला समजुन घेइल आणि वेळप्रसंगी खंबीरपणे पाठीशी उभी राहील. खर सांगतोय तु नसतीस ना तर माझ्यासाठी जगण खुप अवघड झाल असत. thanks for being most caring and supporting sister & love you so much

जेवण झाल्यानंतर सगळेजण हॉटेलच्या बाहेर हायवे शेजारी उभे होते. आता आपण नेहमीसारख रोज एकमेकांना भेटणार नाही या जाणीवेने सगळेजण उदास झाले होते. सगळेजण एकमेकांकडे पाहत होते पण कोणीही एकमेकांशी बोलत नव्हत.

‘‘ आर भावांनो नाराज कशाला हुतायसा आपण लवकरच भेटणाराय की कौस्त्याच्या लग्नात. ए कौस्त्या या एक दोन महीन्यात उरकून टाक लग्न. तिथ आपण सगळयांनी एकत्र येवून नुसता धिगांना घालायचा. ’’गौरव म्हणाला.

‘‘ अरे हा! जेनीफर मी तुला आणि एक महत्वाची गोष्ट सांगतो आमच्यात बाळाच नाव आत्या ठेवते. तु कौस्तुभच्या मुलांच काहीतरी व्यवस्थित नाव ठेव. नाहीतर जोनाथन, ख्रिस्तोफर, ॲलेस्टर असल काहीतरी नाव ठेवशील.’’ सगळेजण हसायला लागले. वर्षातुन एकदातरी गेट टुगेदर करायचा अस ठरवून सगळयांनी एकमेकांचा निरोप घेतला. कौस्तुभ आणि जेनीफर अजुनही हायवेशेजारी उभे होते.

‘‘ जेनी चल ना आपण फक्त एकदा कॉलेजवर जाऊन येवूया.’’ कौस्तुभ म्हणाला.

‘‘आत्ता या वेळी रात्रीचे दहा वाजलेत भाई.’’

‘‘ अरे काय यार जेनी आपण एकदा रात्री तीन वाजता कॉलेजवर गेलो होतो आठवतय ना?’’

‘‘ हा आठवतय आणि कशासाठी ते पण आठवतय. चल जावूया.’’

ते दोघेपण कॉलेजच्या गेटमधून आत निघाले होते. कौस्तुभ अजुनही कुठल्यातरी विचारात हरवला होता. रात्रीच्या वातावरणातली ती शांतता त्याच्या मनाला अजुन अस्वस्थ करत होती.

‘‘ जेनी मी second year ला होतो तेव्हा मॅडम नुकत्याच जॉइन झाल्या होत्या. पण तेव्हा ना मी ये अपने बस की बात नही हैं म्हणून विषय सोडला होता. पण आपण final year ला आलो तरी मॅडम unmarried होत्या. मग माझ्या मनात थोड्या hopes तयार व्हायला लागल्या. आणि मी सांगतो final year मध्ये भयानक अभ्यास केला. मला अस वाटायला लागल मला कॅम्पस इंटरव्हियु मध्ये जॉब भेटेल आणि मग कॉलेज संपल्यानंतर आईला घेवून मॅडमच्या घरी जायच आणि त्यांना सगळ खर सांगुन मग लग्नासाठी मागणी घालायची. पण दोन वेळा year down असल्यामुळे जॉब पण भेटला नाही आणि आज माझ्या उरल्यासुरल्या hopes पण संपल्या म्हणजे ते म्हणतात ना हाता तोडांशी आलेला घास हिरावून घेतला तस सेम झाल माझ्या बाबतीत. मला हे कळेना झालय मी कुठे कमी पडलो. जेनी तु मला सांगायचीस तु एवढया मनापासुन प्रेम करू नकोस जर situation तुझ्या favour मध्ये नाही गेली तर तु डिप्रेशन मध्ये जाशील. पण मी तुझ ऐकल नाही मी त्यांच्यावर वेड्यासारख प्रेम करत राहीलो. आणि आज त्याची शिक्षा देवाने मला दिली.

जेनी मला आपला लास्ट सेमचा एक पेपर खुप अवघड गेला होता. मला सारख वाटायच माझा एक–दोन मार्कासाठी सब्जेक्ट राहील. मी रोज देवाकडे प्रार्थना करायचो देवा मला फक्त एवढ्या वेळी सांभाळून घे. माझा विषय सुटुंदे. आणि देवाने माझ ऐकल. मी काठावर पास झालो. पण मग माझ प्रेमसुध्दा खर होत ना जेनी. मग तिथे देवाने मला का

न्याय नाही दिला. या जगात सगळ काही भेटत पण मग खऱ्या प्रेमाच्या बदल्यात खर प्रेम का मिळत नाही?'' जेनी पुढे काहीतरी बोलणारच होती तेवढयात कौस्तुभचा फोन वाजला.

'' हा लोहार सर बोला ना?''

'' अरे कुमठेकर एक खुप मोठा प्रॉब्लेम झालाय मी ज्या माणसाला जेवणाची ऑर्डर दिली होती त्याचा ॲक्सीडेंटमध्ये मृत्यू झालाय आत्ताच त्याच्या अंत्यविधीला जावून आलो. मग मला आता काय करायच हा गहण प्रश्न पडलाय. कार्यक्रम रद्द करू शकत नाही कारण पत्रीका वाटुन बसलोय. तु दुपारी मला म्हणाला होतास ना माझा मित्र पण जेवणाची ऑर्डर घेतो. मग त्याला माझी ऑर्डर घ्यायला सांगशिल काय वाटल्यास थोडे फार पैसे वाढवून देता येतील.''

''सर तुम्ही अजीबात काळजी करू नका मी तुम्हाला दुपारी ज्या रेटमध्ये बोललो त्याच रेटमध्ये मी ऑर्डर घ्यायला लावतो. आणि तुमचा उद्याचा कार्यक्रम एक नंबर मध्ये होणार.''

'' बर ठिक आहे त्याला सकाळी लवकर फोन कर म्हणजे सामानाची जुळवाजुळव करायला बर पडेल.''

''नाही मी त्याला आत्ता फोन करतो तो एक वाजेपर्यंत जागाच असतो. जेवण एकदम क्वालीटी असणार सर आपल्या annnual functionला त्यानेच जेवणाची ऑर्डर घेतली होती. आणि उद्या कार्यक्रमाच्या ठिकाणी मी स्वत: जातीने हजर राहून सगळी व्यवस्था बघतो. ठिक आहे?''

'' खुप खुप धन्यवाद बाळा. तु माझ्या मनावरच खूप मोठ ओझ कमी केलस.'' सरांनी फोन ठेवला.

‘‘ भाई जर सर मघाशी आपल्यासोबत चांगले बोलले नसते तरी तु त्यांची मदत केली असतीस?’’ जेनीफरने विचारल.

‘‘प्रश्नच नाही. मी त्यांना दुपारीच बोललो होतो मला का सांगितल नाही? आणि तु ज्याअर्थी मला असा प्रश्न विचारतेयस म्हणजे तु मला अजून नीटस ओळखलेल नाहीस.’’

‘‘ तस नाही भाई हे बघ कॉलेजमध्ये इतकी मुले होती पण मग मी एकाच मुलाला भाई का म्हणते याचा तु विचार कर.’’

automobile engineering lab च्या बाहेर एक लाकडी बेंच होता. त्यावर कौस्तुभ आणि जेनिफर बसले होते.‘‘ भाई तु मला म्हणाला होतास ना कुठल्याही कॉलेजमध्ये मुलाच आणि मॅडमच लग्न होत नाही. हे practically impossible आहे. मग जी गोष्ट possibleच नव्हती त्यासाठी रडत बसून काय उपयोग. मला वाटतय मॅडमनी तुला ज्या गोष्टी सांगितल्या आहेत त्या positively घे आणि move on कर. आणि तु कुठेही मॅडमबद्दल मनात राग धरू नकोस. त्यांनी कुठेही overreact न करता एकदम calmly situation हॅन्डल केलीय.’’

‘‘ नाही जेनी माझ्या मनात तस काहीही नाही. उलट आज माझ्या मनात मॅडमविषयी जो आदर होता तो आज कितीतरी पटींनी वाढला. म्हणजे त्यांच्या इतकी चांगली व्यक्ती या जगात कुठे शोधुनही सापडणार नाही. चल मी ही गोष्ट accept केली ती व्यक्ती माझी कधीच होणार नव्हती. पण जेनी मॅडम आणि लोहार सर बोलले ना ते माझ्या खुप मनाला लागलय. मुळात त्यांनी मला समजून सांगाव चांगला वाग. ही वेळच मी का आणली? मला स्वत:चा राग यायला लागलाय जेनी मी आयुष्यात कधीच कुठल्याही गोष्टीच्या बाबतीत सिरीयस नाही झालो जेनी. मला ना

आत्तापर्यंत मी जे आयुष्य जगलो ते वाया गेलय अस वाटायला लागलय.''

'' भाई ज्या माणसाच्या आयुष्याची पाच मिनीटांची सुदधा गॅरन्टी नाही. जो माणूस मी उद्या जिवंत असेनच हे ठामपणे सांगु शकत नाही. तो कशाला सिरीयस होईल? तो हेच म्हणणार ना माझा आजचा दिवस शेवटचा आहे अस समजुन तो मी आनंदात, मजेत घालवतो. भाई तु मला थांबवलस नाहीतर मी मॅडमना तुझ्या आजारपणाबदल सांगणार होते. कदाचीत मॅडमनी ते ऐकुन त्यांचा निर्णय बदलला सुदधा असता. का अस केलस तु भाई?''

'' नाही जेनी मला आता सहानभुती आधारावर कोणतीही गोष्ट नकोय मी आता जे काही मिळवेन ते स्वकर्तुत्वानेच. मला आज घरी जायच नाही मी आजच्या दिवस तुझ्या रूमवर थांबतो.''

ते दोघेपण जेनीफरच्या रूमवर आले. "ए भाई सगळ सामान गाडीत बसेल ना? गादी आहे, टेबल फॅन आहे, कपड्याची बॅग आहे, last yearची पुस्तके आहेत, आणि छोट मोठ सामान आहे." कौस्तुभच तिच्या बोलण्याकडे लक्ष नव्हत. ती आतल्या खोलीत गेली तिने दोघांसाठी कॉफी तयार केली. ती बाहेर आल्यानंतर बघितल कौस्तुभ बाहेरच्या खोलीत नव्हता. ती जिन्याच्या पायऱ्या चढुन वर आली कौस्तुभ टेरेस वर थांबला होता.

" भाई आकाशातल्या चांदण्या बघुन पोट भरणार नाही. हे घे कॉफी आणि बिस्कीट खाऊन घे."

" नको मला जेनी."

" अस काय करतोयस भाई? तु मघाशी जेवलेला नाहीस मग झोप कशी लागणार?"

" तु पण घे. तु तर कुठे जेवलीयस?" त्या दोघांनी एका कपमध्ये बिस्कीट बुडवुन खायला सुरूवात केली.

" जेनी मॅडमचे मिस्टर आय.आय.टी वर प्रोफेसर आहेत. सत्तर ऐंशी हजार रूपये पगार सहज असेल ना?"

" खूप कमी बोललास गर्व्हमेंट आय.टी.आय कॉलेजवरच्या शिक्षकांना तेवढा पगार असतो. मॅडमच्या मिस्टरांना कमीत कमी दीड–दोन लाख तरी पेमेंट असेल."

" मला पण तसच काहीतरी करून दाखवायच आहे जेनी. मोठ व्हायचाय मला. खुप पैसा कमवायचाय. जेनी एखादया कंपनीचा सी.ई.ओ किंवा बिझनेस हेड व्हायच असेल तर काय कराव लागत?"

“ एम.बी.ए किंवा एम.टेक कराव लागेल. शक्यतो आपल्याला एम.टेकच बर पडेल कारण बी.टेक मध्ये ऑलरेडी थोडयाफार गोष्टींची तयारी झालेली असते. एम.बी.ए म्हणजे कंम्पलीट न्यु सिलॅबस .पण हे तु का विचारतोयस?”

“ जेनी मी पण आता एम.टेक करणार.”

“ भाई वेडा झालायस काय तु? कशाला आणखी तीन वर्ष वाया घालवतोयस? त्यापेक्षा तु मला जो स्टेशनरी शॉपचा प्लॅन सांगितला होतास ना तो एकदम भारी आहे. एक–दीड वर्षात सेटल होशील तु.”

“ तीन कशी दोन वर्ष लागणार ना?”

“ अरे आलतु–फालतू कॉलेजमधून एम.टेक केल तर कोणीही विचारत नाही. बिझनेस हेड व्हायच म्हणजे आय.आय.टी किंवा इंडियांच्या टॉप फाइव्ह युनीव्हर्सिटीमधून एम.टेक केल पाहिजे. आणि आपली मार्क बघीतली ना तर आपल्याला तिथ उभासुध्दा करणार नाहीत.”

“ मग आता याला पर्याय काय?”

“ शिवाजी युनिर्व्हसिटीमध्ये शेवटच्या वर्षीचे पेपर आणखी एकदा देता येतात.चान्स ऑफ इम्प्रुव्हमेंट म्हणतात त्याला. तु देणार आहेस?”

“ हो देईन.”

“ ओ भाई तुम्ही एकदम जोशमध्ये येवून असल काहीतरी करून बसू नका. आता तुमची मनस्थिती ठिक नाहीये आपण एकदा शांतपणे बसून विचार करूया.”

“ नाही जेनी माझ ठरलय मी एम.टेक करणार.”

" भाई मी एम.टेक करायला नाही कुठे म्हणतेय. पण तु म्हणतोयस मी last yearचे पेपर परत एकदा देणार. भाई एकतर आपण कसेबसे सुटलोय. आता तुझ वय आहे पंचवीस. परत शिक्षण पुर्ण होईपर्यंत तुझ वय किती होईल याचा विचार कर. बर परत कॉलेजवर जाऊन बसायच म्हणजे तिथे मी नसणार आपली गॅग नसणार. बर मॅडम लग्नानंतर कॉलेज continue करणार आहेत की नाही हे आपल्याला माहित नाही. पण त्या जर परत कॉलेजवर तुझ्या समोर आल्या तर परत तुलाच त्रास होणार. आणि फक्त बी.ई च्या मार्कावर ॲडमिशन अवलंबून नसत. GATEचे मार्क पण बघतात. GATEचा फुल फॉर्म पण तुला माहित नसेल."

" माहित आहे. Genreal aptitude test for engineer. आपल्या वर्षा पाटील मॅडमनी क्रॅक केली होती. आणि जी.एस कांबळे सर ते तर चार वेळा GATE पास झाले होते. मी उद्या कार्यक्रम झाल्यानंतर जी.एस.कांबळेना भेटतो. तु मला आता वेडा म्हण किंवा आणखी काही म्हण मी माझ्या आत्मसन्मानासाठी ही लढाई लढणार म्हणजे लढणार."

" भाई तु काहीही कर i am always with you बर चल आता झोपायला रात्रीचे दीड वाजलेत. घरमालकाने सांगितलय सकाळी आठ वाजायच्या आत रूम खाली करायची. मग सकाळी पाच वाजता उठुन रूम एकदम चकचकीत केली पाहिजे. तु पण उदया कार्यक्रमाच्या ठिकाणी जाणार असशील?"

" हो जाणार आहे."

" उदया कार्यक्रम झाल्यानंतर तु माझ्यासोबत चल आपण दोन तीन दिवस मस्तपैकी पुण्यात फिरूया. तेवढीच तुझ्या मनाला पण शांतता मिळेल."

जेनीफर कप विसळून झाल्यानंतर परत बाहेरच्या रूममध्ये आली. कौस्तुभ अजुन झोपला नव्हता. तो डोळे सताड उघडे ठेवुन गरगर फिरणाऱ्या पंख्यांच्या पात्याकडे एकटक पाहत होता.''

'' भाई झोप ना. आता आणखी कसला विचार करतोयस.'' जेनीफर म्हणाली.

''जेनी तु माझी एक मदत करशील?''

'' भाई तु प्लीज मला रिक्वेस्ट करून परक करू नकोस. तु फक्त सांग मला मी तुझ्यासाठी काय करू शकते? मी १००% तुझी हेल्प करेन''

''जेनी मला आता घरात पैसे मागायच म्हणजे नको वाटतय. तुझ्याकडे जॉब आहे तु माझी एम.टेकची फी भरशील? तुझ्यापण घरच्या अडचणी आहेत तुला पैसे मागण मला बरोबर वाटत नाही पण मला ज्यावेळी जॉब लागेल ना त्यावेळी मी तुझे पैसे व्याजासहीत परत करेन.''

'' अरे देते रे मी तुला पैसे. त्यात काय एवढ? आणि मघाशी लोहार सर काय म्हणाले मैत्रीमध्ये एकमेकांचा.... काय म्हणत होते रे ते?''

'' मैत्रीमध्ये एकमेकांचा उध्दार करायचा असतो. अस म्हणाले ते. जेनी तुला एक गोष्ट सांगायची राहिली मला ना आज सकाळी सुध्दा एक स्वप्न पडल होत मॅडमच आणि माझ लग्न झालय आणि आमचा सुखाचा संसार चालू झालाय. पण मला तुझा फोन आल्यानंतर जाग आली आणि अस वाटायला लागल अरेच्चा मी तर एका खोट्या दुनीयेत वावरत होतो. अस वाटायला लागल ती कधीच आपली नव्हती हे कटु सत्य स्वीकारून मला परत हे नीरस जीवन जगाव लागणार. त्यापेक्षा ते जे काही चालु होत ते अतीशय रमणीय होत तिथेच माझ आयुष्य संपल असत तरी ते

मला चालल असत. म्हणजे मला प्रश्न पडला देवाने मला का भानावर आणल असेल. जेनी मी मला आता झोप लागली आणि परत तेच स्वप्न पडल तर?''

'' भाई माझे ग्रॅन्डपा मला कायम सांगायचे आपण झोपण्याच्या अगोदर जसा विचार करतो तशीच स्वप्ने आपल्याल्या पडतात. म्हणून झोपण्यापुर्वी मन शांत ठेवून चांगला विचार करावा. तु काहीतरी असा विचार कर म्हणजे मी इंजिनिअरींग कॉलेजवर प्रोफेसर झालोय किंवा मोठा बिझनेसमन झालोय. म्हणजे तुला तसच स्वप्न पडेल. ओक्के? मी पण झोपते आता गुड नाइट ....स्वीट ड्रीम.''

सुप्रीयाने तिच लेक्चर संपवल आणि प्रेसेन्टी घ्यायला सुरूवात केली.

“ मला absent number सांगा.”

“६७, ४२, ३७”

“ ६७ नंबर कोण आहे रे? महीन्यातले वीस दिवस absentअसते”

“ निकीता रायगांधी.”

“ कोण रे.” सुप्रियाने विचारल.

“double yd.” सगळी मुले एका स्वरात बोलली.

“ ठिक आहे मी आज किंवा उद्या तिच्या वडीलांची भेट घेते. उद्या सगळेजण वर्गात हजर राहा कारण खुप महत्त्वाचा टॉपीक आपण चालू करणार आहोत.”

ती क्लास मधून बाहेर आल्यानंतर थेट कौस्तुभच्या केबीनकडे गेली. कौस्तुभ नोटस काढत होता. “ कौस्तुभ राजाराम कुमठेकर bachelor of mechanical engineering काय घरी जायच आहे की नाही?”

“ ए आमच्या लोहार सरांची लाडकी विद्यार्थिनी सु.. प्रिया कशी आहेस तु? आणि bachelor of mechanical engineering काय एम.टेक केलय मी.”

“ यस! आय नो बट एम.टेक केल आता इंजिनिअरींग कॉलेजवर तुम्ही प्रोफेसर आहात. एक लाख वीस हजार रूपये पगार आहे. सगळ व्यवस्थित असताना सुध्दा तु लग्न करत नाहीस म्हणून मी तुला बॅचलर म्हणाले. का करत नाहीस तु लग्न. म्हणजे नेमक कारण काय आहे ते मला सांग?”

‘‘ अग मी एक गोष्ट अजुपर्यंत कोणालाही सांगितलेली नाही. ही गोष्ट फक्त आपल्या कॉलेजवरच्या जेनीफरला माहित आहे. अग मला जन्मजात हृदयाचा आजार आहे. पम्पींग व्यवस्थित होत नाही. ठोके पण irregular पडतात. म्हणजे कधी कमी तर कधी खुप जास्त. माझी ट्रिटमेंट चालु आहे पण डॉक्टर म्हणतात आम्ही गॅरटी घेणार नाही. कुठल्याही क्षणी काहीही होवु शकत. हृदय केव्हाही बंद पडेल. आणि समज यातुन मी जगलो तरी जास्तीत जास्त चाळीस ते पंचेचाळीस वर्षच मी जिवंत राहू शकतो. त्यामुळे मला अस वाटत लग्न करून एखाद्या मुलीच आयुष्य उधवस्त करण्यापेक्षा एकट राहीलेल कधीही चांगल.’’ ते ऐकल्यानंतर सुप्रियाचे डोळे पाणावले.

‘‘ एखाद्याच्या बाबतीत देव एवढा क्रुर कसा वागु शकतो कौस्तुभ? तु पण माणूस आहेस तुला पण आयुष्य सुखाने, समाधानाने जगण्याचा अधिकार आहे. ’’ सुप्रिया म्हणाली.

‘‘ अग रडतेयस काय वेडे. मी आता आंनदी आहे आणि माझ्यामागे इतका कामाचा व्याप असतो दु:खी व्हायला वेळच उरत नाही.’’

‘‘ तरीपण कौस्तुभ मला सतत अस वाटत तु एकटा पडला आहेस आणि तुला कोणाच्या तरी आधाराची गरज आहे.’’

‘‘ जावुदे ना सुप्रिया आता मी मन मारून कस जगायच असत ते मी शिकलोय. बर तु थांब इथे मी वॉशरूमला जावून येतो.’’

कौस्तुभ जवळपास पंधरा–वीस मिनींटानी परत आला.‘‘ काय रे एवढा वेळ का लागला.’’ सुप्रियाने विचारल.

‘‘ अग इथली मुल ना इतकी नालायक आहेत. वॉशरूमच्या आरशावर परमनंट मार्करने निकिता रायगांधी लव्हस के.आर. कुमठेकर सर लिहल होत. पाण्याने पुसण्याचा प्रयत्न केला पण जात नव्हत. मग शिपायाला सांगितल निरमा वापर आणि ते पुसून टाक.’’

‘‘ हे तर काहीच नाही आमच्या वेळीची मुल इतकी नालायक होती त्यांनी तर नोटीस बोर्डवर सरांच्या आणि मॅडमच्या लग्नाची पत्रीका चिकटवली होती.’’

‘‘ सुप्रिया तु पण ना? पण दिवस कसे बदलतात बघ ना त्यावेळी आपण ज्या गोष्टी करत होतो त्याच गोष्टी ही मुले आज करत आहेत. आणि आपल्याला तो थिल्लरपणा वाटतोय.’’

‘‘ हो ना, बर निघूया आपण वेळ होतोय. आज माझ्या बेबीचा वाढदिवस आहे. जाताना केक घेवून गेल पाहिजे.’’

‘‘ कितवा वाढदिवस दुसरा ना? तिला माझ्याकडुन हॅप्पी बर्थडे सांग.’’

‘‘ ए नाही तु पण यायच आहेस वाढदिवसाला. मागच्या वेळी बोलावून सुध्दा आला नव्हतास. आज जर तु आला नाहीस तर मी परत कधीच तुझ्याबरोबर बोलणार नाही. आणि अरे मला तुझी हेल्प हवी होती. सिव्हीलच्या देशपांडे मॅडम उद्यापासून प्रेग्नसी लिव्ह घेणार आहेत. मग ते म्हणतायेत mechanics of structure विषय तुम्ही शिकवा. मी उद्यापासून रोज सकाळी तुझ्या घरी येते मला SFD & BMD digrams शिकव.’’ कौस्तुभने तिच्याकडे एकटक पाहायला सुरूवात केली.

‘‘ काय झाल असा का बघतोय?’’

‘‘ काही नाही हे आत्ता जे काही चालु आहे ते एक स्वप्न आहे.’’

'' म्हणजे?मला काही कळल नाही? तुला नक्की काय म्हणायच आहे?''

'' अग तात्यासाहेब कोरे कॉलेज ऑफ इंजिनिअरींग कॉलेजची टॉपर विद्यार्थिनी एका double yd मुलाला विचारतेय. तु मला हे शिकवणार का? रिअल लाईफ मध्ये अस होत नाही ना?''

'' अरे बाळा आपण स्टुडंट होतो ना तेव्हा मला तो चाप्टर खुप बोअरिंग वाटायचा. मी तो ऑप्शनला ठेवला होता. आणि मला कोणी सांगितल होत हे आठवत नाही. कोणतर मला म्हणाल होत strength of materials विषय कौस्तुभ कोळून प्यालाय.''

'' कोळून प्यालोय म्हणजे माझा सहाव्या अटेम्प्टला तो विषय सुटलाय. पण हे बघ तो चाप्टर खुप अवघड आहे समजायल किमान एक आठवडा तरी लागेल. तुला रोज माझ्या घरी याव लागेल. आणि लंच ब्रेकमध्ये पण वीस मिनीट आपल्याकडे असतात त्यावेळी जमल तर येत जा इथे.''

'' थॅंक यु सो मच कौस्तुभ. बर शहरात गेल्यावर त्या निकिता रायगांधीच घर कुठे आहे ते मला सांग. मी तिच्या वडीलांना भेटणार आहे.'' ते दोघे कॉलेजच्या बाहेर आले होते. एक कुत्रा नेहमीप्रमाणे कौस्तुभची वाट बघत बसला होता. कौस्तुभने डब्यातली एक चपाती त्याला खायला दिली. परत त्याला जुने दिवस आठवले.

'' सुप्रिया आपल्याला स्वप्नात दिसते ती एक आभासी दुनिया असते. पण आपण जे आयुष्य जगतोय ते तरी कुठे पुर्ण सत्य आहे?''

'' म्हणजे काय तुला काय म्हणायच आहे ते एक्सप्लेन करून सांग''

'' म्हणजे आपण काय म्हणत असतो मी एका कॉलेजवर प्रोफेसर आहे. एवढ पेमेंट आहे. शहरात माझा 2BHK flat आहे. मी फोर व्हिलर घेतलीय.

पण बघ ना मृत्यु नावाची एक अपरिहार्य गोष्ट आपल्या समोर येते आणि एका क्षणात आपल्याकडुन सगळ काही काढून घेतल जात. म्हणजे सरतेशेवटी आपल्याकडे काहीच शिल्लक राहत नाही. म्हणजे ही सुध्दा एक प्रकारची फसवणूकच आहे. किंवा अस सुध्दा असेल हे संपुर्ण आयुष्य म्हणजे एक झोपेतल स्वप्न असेल आणि सत्य काहीतरी वेगळच असेल.''

'' कौस्तुभ तु ना चुकुन या फिल्ड मध्ये आलायस तु खरतर फिलॉसॉपीचा प्राध्यापक व्हायला हवा होतास. बर तु सारख स्वप्न या विषयावर का बोलत असतोस रे? जरा दुसर काहीतरी बोलत जा ना. या जगात दुसरे पण विषय आहेत की.''

'' अग नाही. नेमक काय झालय ते मी तुला सांगतो. आमचा final year चा रिझल्ट लागला होता. म्हणजे तु इथे जॉइन झाली होतीस ना तो दिवस. त्या दिवशी सकाळी पण मला एक खुप छान स्वप्न पडल होत. पण शेवटी ते स्वप्नच कधी ना कधीतरी संपणार. पण त्या दिवसापासून माझ्या आयुष्यात जर काही चांगल घडायला लागल ना की अस वाटायला लागत अरे हे स्वप्न तर नाही ना?''

'' म्हणजे तुला अजुनसुध्दा अस वाटतय हे सुध्दा एक स्वप्न आहे.''

'' हो म्हणजे थोडी शंका येतेय.''

'' अरे पण तुला हे स्वप्न कस वाटु शकत कौस्तुभ? हे मिळवण्यासाठी तु दोन वर्ष एम.टेक मध्ये दिवस—रात्र मेहनत केलीयस. हे स्वप्न नाहीये. उद्या सकाळी लवकर उठ मी येतेय तुझ्या घरी.''

“ हम्मम!” म्हणून कौस्तुभने तिच्या म्हणण्याला दुजोरा दिला पण त्याच्या मनात अजुनही धाकधुक होती हे सगळ चालु आहे ते खुप छान म्हणता येणार नाही पण ठिक आहे अस नक्कीच म्हणू शकतो. पण हे स्वप्न तर नाही ना?